卞尺丹几乙し丹卞と

Translated Language Learning

The Communist Manifesto

แถลงการณ์คอมมิวนิสต์

Karl Marx & Friedrich Engels

English / ไทย

Published by Tranzlaty
ISBN: 978-1-83566-577-0
Original text by Karl Marx and Friedrich Engels
The Communist Manifesto
First published in 1848
www.tranzlaty.com

Introduction
แนะนำ

A spectre is haunting Europe — the spectre of Communism
ผีกำลังหลอกหลอนยุโรป — ผีของลัทธิคอมมิวนิสต์

All the Powers of old Europe have entered into a holy alliance to exorcise this spectre
มหาอำนาจทั้งหมดของยุโรปเก่าได้เข้าร่วมเป็นพันธมิตรอันศักดิ์สิทธิ์เพื่อขับไล่ผีนี้

Pope and Czar, Metternich and Guizot, French Radicals and German police-spies
สมเด็จพระสันตะปาปาและซาร์, Metternich และ Guizot, หัวรุนแรงฝรั่งเศสและสายลับตำรวจเยอรมัน

Where is the party in opposition that has not been decried as Communistic by its opponents in power?
พรรคฝ่ายค้านที่ไม่ถูกประณามว่าเป็นคอมมิวนิสต์จากฝ่ายตรงข้ามที่มีอำนาจอยู่ที่ไหน?

Where is the Opposition that has not hurled back the branding reproach of Communism, against the more advanced opposition parties?
ฝ่ายค้านที่ไม่ได้โยนคำตำหนิของลัทธิคอมมิวนิสต์กลับไปกับพรรคฝ่ายค้านที่ก้าวหน้ากว่าอยู่ที่ไหน?

And where is the party that has not made the accusation against its reactionary adversaries?
และพรรคที่ไม่ได้กล่าวหาศัตรูปฏิกิริยาอยู่ที่ไหน?

Two things result from this fact
สองสิ่งเป็นผลมาจากข้อเท็จจริงนี้

I. Communism is already acknowledged by all European Powers to be itself a Power

I.ลัทธิคอมมิวนิสต์ได้รับการยอมรับจากมหาอำนาจยุโรปทั้งหมดว่าเป็นมหาอำนาจ

II. It is high time that Communists should openly, in the face of the whole world, publish their views, aims and tendencies

II. ถึงเวลาแล้วที่คอมมิวนิสต์ควรเผยแพร่มุมมอง จุดมุ่งหมายและแนวโน้มของตนอย่างเปิดเผยต่อหน้าคนทั้งโลก

they must meet this nursery tale of the Spectre of Communism with a Manifesto of the party itself

พวกเขาต้องพบกับเรื่องราวของผีคอมมิวนิสต์นี้ด้วยแถลงการณ์ของพรรคเอง

To this end, Communists of various nationalities have assembled in London and sketched the following Manifesto

ด้วยเหตุนี้

คอมมิวนิสต์จากหลากหลายเชื้อชาติจึงรวมตัวกันที่ลอนดอนและร่างแถลงการณ์ต่อไปนี้

this manifesto is to be published in the English, French, German, Italian, Flemish and Danish languages

แถลงการณ์นี้จะตีพิมพ์ในภาษาอังกฤษ ฝรั่งเศส เยอรมัน อิตาลี เฟลมิช และเดนมาร์ก

And now it is to be published in all the languages that Tranzlaty offers

และตอนนี้กำลังจะตีพิมพ์ในทุกภาษาที่ Tranzlaty นำเสนอ

Bourgeois and the Proletarians
ชนชั้นนายทุนและชนชั้นกรรมาชีพ

The history of all hitherto existing societies is the history of class struggles

ประวัติศาสตร์ของสังคมที่มีอยู่ทั้งหมดจนถึงปัจจุบันคือประวัติศาสตร์ของการต่อสู้ทางชนชั้น

Freeman and slave, patrician and plebeian, lord and serf, guild-master and journeyman

อิสระและทาสขุนนางและชาวพลีเบียนขุนนางและทาสหัวหน้ากิลด์และนักเดินทาง

in a word, oppressor and oppressed

พูดได้คำเดียวคือผู้กดขี่และถูกกดขี่

these social classes stood in constant opposition to one another

ชนชั้นทางสังคมเหล่านี้ยืนหยัดต่อต้านกันอย่างต่อเนื่อง

they carried on an uninterrupted fight. Now hidden, now open

พวกเขาต่อสู้อย่างต่อเนื่อง ตอนนี้ซ่อนแล้ว ตอนนี้เปิดอยู่

a fight that either ended in a revolutionary re-constitution of society at large

การต่อสู้ที่จบลงด้วยการปฏิวัติรัฐธรรมนูญของสังคมโดยรวม

or a fight that ended in the common ruin of the contending classes

หรือการต่อสู้ที่จบลงด้วยความพินาศร่วมกันของชนชั้นที่ขัดแย้งกัน

let us look back to the earlier epochs of history

ให้เรามองย้อนกลับไปในยุคก่อนหน้าของประวัติศาสตร์

we find almost everywhere a complicated arrangement of society into various orders

เราพบเกือบทุกที่การจัดเรียงที่ซับซ้อนของสังคมออกเป็นระเบียบต่างๆ

there has always been a manifold gradation of social rank

มีการไล่ระดับอันดับทางสังคมที่หลากหลายเสมอ

In ancient Rome we have patricians, knights, plebeians, slaves

ในกรุงโรมโบราณเรามีขุนนางอัศวินชาวธรรมดาทาส

in the Middle Ages: feudal lords, vassals, guild-masters, journeymen, apprentices, serfs

ในยุคกลาง: ขุนนางศักดินา, ข้าราชบริพาร, หัวหน้ากิลด์, นักเดินทาง, เด็กฝึกงาน, ทาส

in almost all of these classes, again, subordinate gradations

ในเกือบทุกคลาสเหล่านี้อีกครั้งการไล่ระดับรอง

The modern Bourgeoisie society has sprouted from the ruins of feudal society

สังคมชนชั้นนายทุนสมัยใหม่ได้งอกออกมาจากซากปรักหักพังของสังคมศักดินา

but this new social order has not done away with class antagonisms

แต่ระเบียบสังคมใหม่นี้ไม่ได้กำจัดความเป็นปฏิปักษ์ทางชนชั้น

It has but established new classes and new conditions of oppression

มันได้สร้างชนชั้นใหม่และเงื่อนไขใหม่ของการกดขี่

it has established new forms of struggle in place of the old ones

ได้สร้างรูปแบบใหม่ของการต่อสู้แทนรูปแบบเก่า

however, the epoch we find ourselves in possesses one distinctive feature

อย่างไรก็ตาม ยุคที่เราพบว่าตัวเองอยู่มีลักษณะเด่นอย่างหนึ่ง

the epoch of the Bourgeoisie has simplified the class antagonisms

ยุคของชนชั้นนายทุนได้ทำให้ความเป็นปฏิปักษ์ทางชนชั้นง่ายขึ้น

Society as a whole is more and more splitting up into two great hostile camps

สังคมโดยรวมแตกออกเป็นสองค่ายที่เป็นศัตรูที่ยิ่งใหญ่มากขึ้นเรื่อ

ยๆ

two great social classes directly facing each other: Bourgeoisie and Proletariat

ชนชั้นทางสังคมที่ยิ่งใหญ่สองชนชั้นที่เผชิญหน้ากันโดยตรง: ชนชั้นนายทุนและชนชั้นกรรมาชีพ

From the serfs of the Middle Ages sprang the chartered burghers of the earliest towns

จากทาสในยุคกลางเกิดชาวเมืองที่ได้รับอนุญาตของเมืองแรกสุด

From these burgesses the first elements of the Bourgeoisie were developed

จากเบอร์เจสเหล่านี้องค์ประกอบแรกของชนชั้นนายทุนได้รับการ พัฒนา

The discovery of America and the rounding of the Cape

การค้นพบอเมริกาและการปัดเศษแหลม

these events opened up fresh ground for the rising Bourgeoisie

เหตุการณ์เหล่านี้เปิดพื้นที่ใหม่สำหรับชนชั้นนายทุนที่เพิ่มขึ้น

The East-Indian and Chinese markets, the colonisation of America, trade with the colonies

ตลาดอินเดียตะวันออกและจีนการล่าอาณานิคมของอเมริกาการค้ากับอาณานิคม

the increase in the means of exchange and in commodities generally

การเพิ่มขึ้นของวิธีการแลกเปลี่ยนและสินค้าโภคภัณฑ์โดยทั่วไป

these events gave to commerce, navigation, and industry an impulse never before known

เหตุการณ์เหล่านี้ทำให้การค้า การเดินเรือ

และอุตสาหกรรมเป็นแรงกระตุ้นที่ไม่เคยมีมาก่อน

it gave rapid development to the revolutionary element in the tottering feudal society

มันให้การพัฒนาอย่างรวดเร็วแก่องค์ประกอบการปฏิวัติในสังคมศักดินาที่สั่นคลอน

closed guilds had monopolised the feudal system of industrial production

กิลด์ปิดผูกขาดระบบศักดินาของการผลิตทางอุตสาหกรรม

but this no longer sufficed for the growing wants of the new markets

แต่นี่ไม่เพียงพอสำหรับความต้องการที่เพิ่มขึ้นของตลาดใหม่อีกต่อไป

The manufacturing system took the place of the feudal system of industry

ระบบการผลิตเข้ามาแทนที่ระบบศักดินาของอุตสาหกรรม

The guild-masters were pushed on one side by the manufacturing middle class

หัวหน้ากิลด์ถูกผลักดันไปด้านหนึ่งโดยชนชั้นกลางด้านการผลิต

division of labour between the different corporate guilds vanished

การแบ่งงานระหว่างกิลด์องค์กรต่างๆ หายไป

the division of labour penetrated each single workshop

การแบ่งงานแทรกซึมเข้าไปในการประชุมเชิงปฏิบัติการแต่ละแห่ง

Meantime, the markets kept ever growing, and the demand ever rising

ในขณะเดียวกันตลาดก็เติบโตขึ้นเรื่อย ๆ

และความต้องการก็เพิ่มขึ้นเรื่อยๆ

Even factories no longer sufficed to meet the demands

แม้แต่โรงงานก็ไม่เพียงพอต่อความต้องการอีกต่อไป

Thereupon, steam and machinery revolutionised industrial production

จากนั้นไอน้ำและเครื่องจักร ได้ปฏิวัติการผลิตทางอุตสาหกรรม

The place of manufacture was taken by the giant, Modern Industry

สถานที่ผลิตถูกยึดครองโดยยักษ์ใหญ่อุตสาหกรรมสมัยใหม่

the place of the industrial middle class was taken by industrial millionaires

สถานที่ของชนชั้นกลางอุตสาหกรรมถูกยึดครองโดยเศรษฐีอุตสาหกรรม

the place of leaders of whole industrial armies were taken by the modern Bourgeoisie

ตำแหน่งผู้นำของกองทัพอุตสาหกรรมทั้งหมดถูกยึดครองโดยชนชั้นนายทุนสมัยใหม่

the discovery of America paved the way for modern industry to establish the world market

การค้นพบอเมริกาปูทางไปสู่อุตสาหกรรมสมัยใหม่ในการสร้างตลาดโลก

This market gave an immense development to commerce, navigation, and communication by land

ตลาดนี้ให้การพัฒนาอย่างมากต่อการค้า การเดินเรือ และการสื่อสารทางบก

This development has, in its time, reacted on the extension of industry

การพัฒนานี้ในช่วงเวลานั้นมีปฏิกิริยาต่อการขยายตัวของอุตสาหกรรม

it reacted in proportion to how industry extended, and how commerce, navigation and railways extended

มันตอบสนองตามสัดส่วนที่อุตสาหกรรมขยายตัว และการค้า การเดินเรือ และการรถไฟขยายออกไปอย่างไร

in the same proportion that the Bourgeoisie developed, they increased their capital

ในสัดส่วนเดียวกับที่ชนชั้นนายทุนพัฒนาขึ้นพวกเขาเพิ่มทุน

and the Bourgeoisie pushed into the background every class handed down from the Middle Ages

และชนชั้นนายทุนผลักดันทุกชนชั้นที่สืบทอดมาจากยุคกลาง

therefore the modern Bourgeoisie is itself the product of a long course of development

ดังนั้นชนชั้นนายทุนสมัยใหม่จึงเป็นผลผลิตของการพัฒนาที่ยาวนาน

we see it is a series of revolutions in the modes of production and of exchange

เราเห็นว่ามันเป็นชุดของการปฏิวัติในรูปแบบการผลิตและการแลกเปลี่ยน

Each developmental Bourgeoisie step was accompanied by a corresponding political advance

แต่ละขั้นตอนของชนชั้นนายทุนที่พัฒนาขึ้นมาพร้อมกับความก้าวหน้าทางการเมืองที่สอดคล้องกัน

An oppressed class under the sway of the feudal nobility

ชนชั้นที่ถูกกดขี่ภายใต้อิทธิพลของขุนนางศักดินา

an armed and self-governing association in the mediaeval commune

สมาคมติดอาวุธและปกครองตนเองในชุมชนยุคกลาง

here, an independent urban republic (as in Italy and Germany)

ที่นี่สาธารณรัฐในเมืองอิสระ (เช่นเดียวกับในอิตาลีและเยอรมนี)

there, a taxable "third estate" of the monarchy (as in France)

มี "อสังหาริมทรัพย์ที่สาม" ที่ต้องเสียภาษีของสถาบันกษัตริย์ (เช่นเดียวกับในฝรั่งเศส)

afterwards, in the period of manufacture proper

หลังจากนั้นในช่วงเวลาของการผลิตที่เหมาะสม

the Bourgeoisie served either the semi-feudal or the absolute monarchy

ชนชั้นนายทุนรับใช้ทั้งกึ่งศักดินาหรือระบอบสมบูรณาญาสิทธิราชย์

or the Bourgeoisie acted as a counterpoise against the nobility

หรือชนชั้นนายทุนทำหน้าที่เป็นตัวต่อต้านขุนนาง

and, in fact, the Bourgeoisie was a corner-stone of the great monarchies in general

และในความเป็นจริงชนชั้นนายทุนเป็นรากฐานที่สำคัญของสถาบันกษัตริย์ที่ยิ่งใหญ่โดยทั่วไป

but Modern Industry and the world-market established itself since then

แต่อุตสาหกรรมสมัยใหม่และตลาดโลกได้ก่อตั้งตัวเองตั้งแต่นั้นมา

and the Bourgeoisie has conquered for itself exclusive political sway

และชนชั้นนายทุนได้พิชิตอิทธิพลทางการเมืองเฉพาะตัวเพื่อตัวเอง

it achieved this political sway through the modern representative State

มันบรรลุอิทธิพลทางการเมืองนี้ผ่านรัฐตัวแทนสมัยใหม่

The executives of the modern State are but a management committee

ผู้บริหารของรัฐสมัยใหม่เป็นเพียงคณะกรรมการบริหาร

and they manage the common affairs of the whole of the Bourgeoisie

และพวกเขาจัดการกิจการทั่วไปของชนชั้นนายทุนทั้งหมด

The Bourgeoisie, historically, has played a most revolutionary part

ในอดีตชนชั้นนายทุนมีบทบาทในการปฏิวัติมากที่สุด

wherever it got the upper hand, it put an end to all feudal, patriarchal, and idyllic relations

เมื่อใดก็ตามที่ได้เปรียบ มันก็ยุติความสัมพันธ์แบบศักดินา ปิตาธิปไตย และงดงามทั้งหมด

It has pitilessly torn asunder the motley feudal ties that bound man to his "natural superiors"

มันได้ฉีกขาดสายสัมพันธ์ศักดินาที่หลากหลายซึ่งผูกมัดมนุษย์กับ "ผู้บังคับบัญชาตามธรรมชาติ" ของเขาอย่างไร้ความปราณี

and it has left remaining no nexus between man and man, other than naked self-interest

และมันไม่เหลือความเชื่อมโยงระหว่างมนุษย์กับมนุษย์นอกเหนือจากผลประโยชน์ส่วนตนที่เปลือยเปล่า

man's relations with one another have become nothing more than callous "cash payment"

ความสัมพันธ์ของมนุษย์ที่มีต่อกันไม่มีอะไรมากไปกว่า

"การจ่ายเงินสด" ที่ไร้น้ำใจ

It has drowned the most heavenly ecstasies of religious fervour

มันได้จมน้ำตายความปีติยินดีจากสวรรค์ที่สุดของความกระตือรือ

ร้นทางศาสนา

it has drowned chivalrous enthusiasm and philistine sentimentalism

มันได้จมน้ำตายความกระตือรือร้นของอัศวินและความรู้สึกของฟี

ลิสติน

it has drowned these things in the icy water of egotistical calculation

มันจมน้ำตายในน้ำเย็นของการคำนวณที่เห็นแก่ตัว

It has resolved personal worth into exchangeable value

มันได้แก้ไขคุณค่าส่วนบุคคลให้เป็นมูลค่าแลกเปลี่ยนได้

it has replaced the numberless and indefeasible chartered freedoms

มันได้เข้ามาแทนที่เสรีภาพที่นับไม่ถ้วนและไม่สามารถลบล้างได้

and it has set up a single, unconscionable freedom; Free Trade

และได้สร้างเสรีภาพเดียวที่ไร้มโนธรรม การค้าเสรี

In one word, it has done this for exploitation

พูดได้คำเดียวว่ามันทำเช่นนี้เพื่อเอารัดเอาเปรียบ

exploitation veiled by religious and political illusions

การแสวงหาผลประโยชน์ที่ปกคลุมด้วยภาพลวงตาทางศาสนาและ

การเมือง

exploitation veiled by naked, shameless, direct, brutal exploitation

การแสวงหาผลประโยชน์ที่ปกคลุมด้วยการแสวงหาผลประโยชน์ที่เปลือยเปล่าไร้ยางอายโดยตรงและโหดร้าย

the Bourgeoisie has stripped the halo off every previously honoured and revered occupation

ชนชั้นนายทุนได้ถอดรัศมีออกจากอาชีพที่ได้รับเกียรติและเคารพนับถือก่อนหน้านี้

the physician, the lawyer, the priest, the poet, and the man of science

แพทย์ ทนายความ นักบวช กวี และนักวิทยาศาสตร์

it has converted these distinguished workers into its paid wage labourers

ได้เปลี่ยนคนงานที่มีชื่อเสียงเหล่านี้ให้เป็นแรงงานที่ได้รับค่าจ้าง

The Bourgeoisie has torn the sentimental veil away from the family

ชนชั้นนายทุนได้ฉีกม่านอารมณ์ออกจากครอบครัว

and it has reduced the family relation to a mere money relation

และได้ลดความสัมพันธ์ในครอบครัวให้เหลือเพียงความสัมพันธ์ทางเงิน

the brutal display of vigour in the Middle Ages which Reactionists so much admire

การแสดงความแข็งแกร่งที่โหดร้ายในยุคกลางที่พวกปฏิกิริยาชื่นชมมาก

even this found its fitting complement in the most slothful indolence

แม้สิ่งนี้ก็พบส่วนเสริมที่เหมาะสมในความเกียจคร้านที่สุด

The Bourgeoisie has disclosed how all this came to pass

ชนชั้นนายทุนได้เปิดเผยว่าทั้งหมดนี้เกิดขึ้นได้อย่างไร

The Bourgeoisie have been the first to show what man's activity can bring about

ชนชั้นนายทุนเป็นคนแรกที่แสดงให้เห็นว่ากิจกรรมของมนุษย์สามารถนำมาซึ่งอะไรได้บ้าง

It has accomplished wonders far surpassing Egyptian pyramids, Roman aqueducts, and Gothic cathedrals

มันได้สร้างความมหัศจรรย์ที่เหนือกว่าปิรามิดอียิปต์ ท่อระบายน้ำโรมัน และมหาวิหารโกธิค

and it has conducted expeditions that put in the shade all former Exoduses of nations and crusades

และได้ดำเนินการสำรวจที่ปิดบังการอพยพของประชาชาติและสงครามครูเสดในอดีตทั้งหมด

The Bourgeoisie cannot exist without constantly revolutionising the instruments of production

ชนชั้นนายทุนไม่สามารถดำรงอยู่ได้หากไม่ปฏิวัติเครื่องมือการผลิตอย่างต่อเนื่อง

and thereby it cannot exist without its relations to production

และด้วยเหตุนี้จึงไม่สามารถดำรงอยู่ได้หากปราศจากความสัมพันธ์กับการผลิต

and therefore it cannot exist without its relations to society

ดังนั้นจึงไม่สามารถดำรงอยู่ได้หากปราศจากความสัมพันธ์กับสังคม

all earlier industrial classes had one condition in common

ชนชั้นอุตสาหกรรมก่อนหน้านี้ทั้งหมดมีเงื่อนไขหนึ่งที่เหมือนกัน

they relied on the conservation of the old modes of production

พวกเขาพึ่งพาการอนุรักษ์รูปแบบการผลิตแบบเก่า

but the Bourgeoisie brought with it a completely new dynamic

แต่ชนชั้นกลางนำมาซึ่งพลวัตใหม่ทั้งหมด

Constant revolutionizing of production and uninterrupted disturbance of all social conditions

การปฏิวัติการผลิตอย่างต่อเนื่องและการรบกวนสภาพสังคมทั้งหมดอย่างต่อเนื่อง

this everlasting uncertainty and agitation distinguishes the Bourgeoisie epoch from all earlier ones

ความไม่แน่นอนและความปั่นป่วนอันเป็นนิรันดร์นี้ทำให้ยุคชนชั้นนายทุนแตกต่างจากยุคก่อนหน้านี้ทั้งหมด

previous relations with production came with ancient and venerable prejudices and opinions

ความสัมพันธ์ก่อนหน้านี้กับการผลิตมาพร้อมกับอคติและความคิดเห็นที่เก่าแก่และน่านับถือ

but all of these fixed, fast-frozen relations are swept away

แต่ความสัมพันธ์ที่คงที่และแช่แข็งอย่างรวดเร็วทั้งหมดนี้ถูกกวาดล้างไป

all new-formed relations become antiquated before they can ossify

ความสัมพันธ์ที่ก่อตัวขึ้นใหม่ทั้งหมดจะล้าสมัยก่อนที่พวกเขาจะกลายเป็นกระดูก

All that is solid melts into air, and all that is holy is profaned

สิ่งที่เป็นของแข็งจะละลายในอากาศ

และสิ่งบริสุทธิ์ทั้งหมดถูกดูหมิ่น

man is at last compelled to face with sober senses, his real conditions of life

ในที่สุดมนุษย์ก็ถูกบังคับให้เผชิญหน้ากับความรู้สึกที่เงียบขรึมสภ
าพชีวิตที่แท้จริงของเขา

and he is compelled to face his relations with his kind
และเขาถูกบังคับให้เผชิญหน้ากับความสัมพันธ์ของเขากับเผ่าพันธุ์
ของเขา

The Bourgeoisie constantly needs to expand its markets for its products
ชนชั้นนายทุนจำเป็นต้องขยายตลาดสำหรับผลิตภัณฑ์ของตนอย่าง
ต่อเนื่อง

and, because of this, the Bourgeoisie is chased over the whole surface of the globe
และด้วยเหตุนี้ ชนชั้นนายทุนจึงถูกไล่ล่าไปทั่วพื้นผิวโลก

The Bourgeoisie must nestle everywhere, settle everywhere, establish connections everywhere
ชนชั้นนายทุนต้องอาศัยอยู่ทุกที่ ตั้งถิ่นฐานทุกที่
สร้างความสัมพันธ์ทุกที่

The Bourgeoisie must create markets in every corner of the world to exploit
ชนชั้นนายทุนต้องสร้างตลาดในทุกมุมโลกเพื่อแสวงหาประโยชน์

the production and consumption in every country has been given a cosmopolitan character
การผลิตและการบริโภคในทุกประเทศมีลักษณะเป็นสากล

the chagrin of Reactionists is palpable, but it has carried on regardless
ความผิดหวังของพวกปฏิกิริยานั้นชัดเจน
แต่ก็ดำเนินต่อไปโดยไม่คำนึงถึง

The Bourgeoisie have drawn from under the feet of industry the national ground on which it stood

ชนชั้นนายทุนได้ดึงพื้นดินแห่งชาติที่ยืนอยู่จากใต้เท้าของอุตสาหก

รรม

all old-established national industries have been destroyed, or are daily being destroyed

อุตสาหกรรมแห่งชาติที่เก่าแก่ทั้งหมดถูกทำลายหรือถูกทำลายทุกวั

น

all old-established national industries are dislodged by new industries

อุตสาหกรรมแห่งชาติที่เก่าแก่ทั้งหมดถูกขับไล่โดยอุตสาหกรรมใ

หม่

their introduction becomes a life and death question for all civilised nations

การแนะนำของพวกเขากลายเป็นคำถามเกี่ยวกับชีวิตและความตาย

สำหรับทุกประเทศที่มีอารยธรรม

they are dislodged by industries that no longer work up indigenous raw material

พวกเขาถูกขับไล่โดยอุตสาหกรรมที่ไม่ได้ใช้วัตถุดิบพื้นเมืองอีกต่

อไป

instead, these industries pull raw materials from the remotest zones

อุตสาหกรรมเหล่านี้ดึงวัตถุดิบจากโซนห่างไกลที่สุด

industries whose products are consumed, not only at home, but in every quarter of the globe

อุตสาหกรรมที่มีการบริโภคผลิตภัณฑ์ไม่เพียง แต่ที่บ้านเท่านั้น

แต่ในทุกไตรมาสของโลก

In place of the old wants, satisfied by the productions of the country, we find new wants

แทนที่ความต้องการเก่าที่พึงพอใจจากการผลิตของประเทศเราพบ
ความต้องการใหม่

these new wants require for their satisfaction the products of distant lands and climes

ความต้องการใหม่เหล่านี้ต้องการผลผลิตจากดินแดนและภูมิอากา
ศอันห่างไกลเพื่อความพึงพอใจของพวกเขา

In place of the old local and national seclusion and self-sufficiency, we have trade

แทนที่ความสันโดษในท้องถิ่นและระดับชาติแบบเก่าและการพึ่งพ
าตนเองเรามีการค้าขาย

international exchange in every direction; universal inter-dependence of nations

การแลกเปลี่ยนระหว่างประเทศในทุกทิศทาง

การพึ่งพาซึ่งกันและกันของประเทศสากล

and just as we have dependency on materials, so we are dependent on intellectual production

และเช่นเดียวกับที่เราพึ่งพาวัสดุ เราก็ต้องพึ่งพาการผลิตทางปัญญา

The intellectual creations of individual nations become common property

การสร้างสรรค์ทางปัญญาของแต่ละประเทศกลายเป็นทรัพย์สินส่ว
นกลาง

National one-sidedness and narrow-mindedness become more and more impossible

ความด้านเดียวของชาติและความใจแคบกลายเป็นไปไม่ได้มากขึ้น
เรื่อยๆ

and from the numerous national and local literatures, there arises a world literature

และจากวรรณกรรมระดับชาติและระดับท้องถิ่นจำนวนมาก
ก็มีวรรณกรรมระดับโลกเกิดขึ้น

by the rapid improvement of all instruments of production
โดยการปรับปรุงอย่างรวดเร็วของเครื่องมือการผลิตทั้งหมด

by the immensely facilitated means of communication
โดยวิธีการสื่อสารที่อำนวยความสะดวกอย่างมาก

The Bourgeoisie draws all (even the most barbarian nations) into civilisation
ชนชั้นนายทุนดึงทุกคน (แม้กระทั่งประเทศที่ป่าเถื่อนที่สุด)
เข้าสู่อารยธรรม

The cheap prices of its commodities; the heavy artillery that batters down all Chinese walls
ราคาสินค้าราคาถูก ปืนใหญ่หนักที่ทำลายกำแพงจีนทั้งหมด

the barbarians' intensely obstinate hatred of foreigners is forced to capitulate
ความเกลียดชังชาวต่างชาติอย่างดื้อรั้นของคนป่าเถื่อนถูกบังคับให้
ยอมจำนน

It compels all nations, on pain of extinction, to adopt the Bourgeoisie mode of production
มันบังคับให้ทุกประเทศที่เจ็บปวดจากการสูญพันธุ์มาใช้รูปแบบก
ารผลิตของชนชั้นกลาง

it compels them to introduce what it calls civilisation into their midst
มันบังคับให้พวกเขาแนะนำสิ่งที่เรียกว่าอารยธรรมท่ามกลางพวกเ
ขา

The Bourgeoisie force the barbarians to become Bourgeoisie themselves
ชนชั้นนายทุนบังคับให้คนป่าเถื่อนกลายเป็นชนชั้นนายทุนเอง

in a word, the Bourgeoisie creates a world after its own image

กล่าวได้ว่าชนชั้นนายทุนสร้างโลกตามภาพลักษณ์ของตัวเอง

The Bourgeoisie has subjected the countryside to the rule of the towns

ชนชั้นนายทุนได้ทำให้ชนบทอยู่ภายใต้การปกครองของเมือง

It has created enormous cities and greatly increased the urban population

มันได้สร้างเมืองขนาดใหญ่และเพิ่มประชากรในเมืองอย่างมาก

it rescued a considerable part of the population from the idiocy of rural life

มันช่วยชีวิตประชากรส่วนใหญ่จากความโง่เขลาของชีวิตในชนบท

but it has made those in the the countryside dependent on the towns

แต่มันทำให้คนในชนบทต้องพึ่งพาเมือง

and likewise, it has made the barbarian countries dependent on the civilised ones

และในทำนองเดียวกัน

มันทำให้ประเทศป่าเถื่อนต้องพึ่งพาอารยธรรม

nations of peasants on nations of Bourgeoisie, the East on the West

ประเทศของชาวนากับชนชั้นนายทุนตะวันออกบนตะวันตก

The Bourgeoisie does away with the scattered state of the population more and more

ชนชั้นนายทุนกำจัดสภาพที่กระจัดกระจายของประชากรมากขึ้นเรื่อยๆ

It has agglomerated production, and has concentrated property in a few hands

มีการผลิตที่รวมตัวกันและมีคุณสมบัติเข้มข้นในมือไม่กี่คน

The necessary consequence of this was political centralisation

ผลที่ตามมาที่จำเป็นของสิ่งนี้คือการรวมศูนย์ทางการเมือง

there had been independent nations and loosely connected provinces

มีประเทศเอกราชและจังหวัดที่เชื่อมต่อกันอย่างหลวม ๆ

they had separate interests, laws, governments and systems of taxation

พวกเขามีผลประโยชน์กฎหมายรัฐบาลและระบบการจัดเก็บภาษีที่แยกจากกัน

but they have become lumped together into one nation, with one government

แต่พวกเขาได้รวมเข้าด้วยกันเป็นประเทศเดียว

they now have one national class-interest, one frontier and one customs-tariff

ตอนนี้พวกเขามีผลประโยชน์ระดับชาติหนึ่งพรมแดนและภาษีศุลกากรหนึ่งรายการ

and this national class-interest is unified under one code of law

และผลประโยชน์ทางชนชั้นแห่งชาตินี้รวมกันภายใต้ประมวลกฎหมายเดียว

the Bourgeoisie has achieved much during its rule of scarce one hundred years

ชนชั้นนายทุนประสบความสำเร็จอย่างมากในช่วงการปกครองที่หายากหนึ่งร้อยปี

more massive and colossal productive forces than have all preceding generations together

กำลังการผลิตที่ใหญ่โตและมหาศาลมากกว่าคนรุ่นก่อนๆ

ทั้งหมดรวมกัน

Nature's forces are subjugated to the will of man and his machinery

พลังของธรรมชาติถูกปราบปรามต่อเจตจำนงของมนุษย์และเครื่อง

จักรของเขา

chemistry is applied to all forms of industry and types of agriculture

เคมีถูกนำไปใช้กับอุตสาหกรรมและเกษตรทุกประเภท

steam-navigation, railways, electric telegraphs, and the printing press

การนำทางด้วยไอน้ำ ทางรถไฟ โทรเลขไฟฟ้า และแท่นพิมพ์

clearing of whole continents for cultivation, canalisation of rivers

การแผ้วถางทั้งทวีปเพื่อการเพาะปลูก

whole populations have been conjured out of the ground and put to work

ประชากรทั้งหมดถูกเสกขึ้นมาจากพื้นดินและนำไปใช้งาน

what earlier century had even a presentiment of what could be unleashed?

ศตวรรษก่อนหน้านี้มีแม้แต่ลางสังหรณ์ของสิ่งที่สามารถปลดปล่อ

ยได้?

who predicted that such productive forces slumbered in the lap of social labour?

ใครทำนายว่ากำลังการผลิตดังกล่าวหลับใหลในตักของแรงงานสัง

คม?

we see then that the means of production and of exchange were generated in feudal society

เราเห็นว่าวิธีการผลิตและการแลกเปลี่ยนถูกสร้างขึ้นในสังคมศักดิ
นา

the means of production on whose foundation the Bourgeoisie built itself up

วิธีการผลิตที่ชนชั้นนายทุนสร้างขึ้นบนรากฐาน

At a certain stage in the development of these means of production and of exchange

ในขั้นตอนหนึ่งในการพัฒนาวิธีการผลิตและการแลกเปลี่ยนเหล่า
นี้

the conditions under which feudal society produced and exchanged

เงื่อนไขที่สังคมศักดินาผลิตและแลกเปลี่ยน

the feudal organisation of agriculture and manufacturing industry

องค์กรศักดินาแห่งการเกษตรและอุตสาหกรรมการผลิต

the feudal relations of property were no longer compatible with the material conditions

ความสัมพันธ์ของทรัพย์สินแบบศักดินาไม่สอดคล้องกับเงื่อนไขท
างวัตถุอีกต่อไป

They had to be burst asunder, so they were burst asunder

พวกเขาต้องแตกเป็นชิ้นๆ ดังนั้นพวกเขาจึงแตกเป็นชิ้นๆ

Into their place stepped free competition from the productive forces

เข้ามาแทนที่พวกเขาก้าวแข่งขันอย่างอิสระจากกำลังการผลิต

and they were accompanied by a social and political constitution adapted to it

และพวกเขามาพร้อมกับรัฐธรรมนูญทางสังคมและการเมืองที่ปรับ
ให้เข้ากับมัน

and it was accompanied by the economical and political sway of the Bourgeoisie class

และมันมาพร้อมกับอิทธิพลทางเศรษฐกิจและการเมืองของชนชั้นนายทุน

A similar movement is going on before our own eyes

การเคลื่อนไหวที่คล้ายกันกำลังเกิดขึ้นต่อหน้าต่อตาเราเอง

Modern Bourgeoisie society with its relations of production, and of exchange, and of property

สังคมชนชั้นนายทุนสมัยใหม่ที่มีความสัมพันธ์ของการผลิตและการแลกเปลี่ยนและทรัพย์สิน

a society that has conjured up such gigantic means of production and of exchange

สังคมที่สร้างวิธีการผลิตและการแลกเปลี่ยนขนาดมหึมา

it is like the sorcerer who called up the powers of the nether world

มันเหมือนกับพ่อมดที่เรียกพลังของโลกใต้ดิน

but he is no longer able to control what he has brought into the world

แต่เขาไม่สามารถควบคุมสิ่งที่เขานำมาสู่โลกได้อีกต่อไป

For many a decade past history was tied together by a common thread

เป็นเวลาหลายทศวรรษที่ผ่านมาประวัติศาสตร์ถูกผูกมัดด้วยด้ายร่วมกัน

the history of industry and commerce has been but the history of revolts

ประวัติศาสตร์ของอุตสาหกรรมและการพาณิชย์เป็นเพียงประวัติศาสตร์ของการจลาจล

the revolts of modern productive forces against modern conditions of production

การจลาจลของกำลังการผลิตสมัยใหม่กับเงื่อนไขการผลิตที่ทันสมัย

the revolts of modern productive forces against property relations

การจลาจลของกำลังการผลิตสมัยใหม่ต่อต้านความสัมพันธ์ด้านทรัพย์สิน

these property relations are the conditions for the existence of the Bourgeoisie

ความสัมพันธ์ด้านทรัพย์สินเหล่านี้เป็นเงื่อนไขสำหรับการดำรงอยู่ของชนชั้นนายทุน

and the existence of the Bourgeoisie determines the rules for property relations

และการดำรงอยู่ของชนชั้นนายทุนเป็นตัวกำหนดกฎสำหรับความสัมพันธ์ด้านทรัพย์สิน

it is enough to mention the periodical return of commercial crises

ก็เพียงพอที่จะกล่าวถึงการกลับมาของวิกฤตการณ์ทางการค้าเป็นระยะ

each commercial crisis is more threatening to Bourgeoisie society than the last

วิกฤตการค้าแต่ละครั้งเป็นภัยคุกคามต่อสังคมชนชั้นนายทุนมากกว่าครั้งก่อน

In these crises a great part of the existing products are destroyed

ในวิกฤตเหล่านี้ผลิตภัณฑ์ที่มีอยู่ส่วนใหญ่ถูกทำลาย

but these crises also destroy the previously created productive forces

แต่วิกฤตเหล่านี้ยังทำลายกำลังการผลิตที่สร้างขึ้นก่อนหน้านี้

in all earlier epochs these epidemics would have seemed an absurdity

ในยุคก่อนหน้านี้การแพร่ระบาดเหล่านี้ดูเหมือนจะไร้สาระ

because these epidemics are the commercial crises of over-production

เพราะการแพร่ระบาดเหล่านี้เป็นวิกฤตทางการค้าของการผลิตมากเกินไป

Society suddenly finds itself put back into a state of momentary barbarism

ทันใดนั้นสังคมก็พบว่าตัวเองกลับเข้าสู่สภาวะป่าเถื่อนชั่วขณะ

as if a universal war of devastation had cut off every means of subsistence

ราวกับว่าสงครามแห่งความหายนะสากลได้ตัดวิธีการดำรงชีพทุกอย่าง

industry and commerce seem to have been destroyed; and why?

อุตสาหกรรมและการพาณิชย์ดูเหมือนจะถูกทำลาย และทำไม?

Because there is too much civilisation and means of subsistence

เพราะมีอารยธรรมและวิธีการดำรงชีพมากเกินไป

and because there is too much industry, and too much commerce

และเพราะมีอุตสาหกรรมมากเกินไปและการค้ามากเกินไป

The productive forces at the disposal of society no longer develop Bourgeoisie property

กำลังการผลิตในการกำจัดของสังคม ไม่พัฒนาทรัพย์สินของชนชั้นนายทุนอีกต่อไป

on the contrary, they have become too powerful for these conditions, by which they are fettered

ในทางตรงกันข้ามพวกเขามีอำนาจมากเกินไปสำหรับเงื่อนไขเหล่านี้ซึ่งพวกเขาถูกตรวนไว้

as soon as they overcome these fetters, they bring disorder into the whole of Bourgeoisie society

ทันทีที่พวกเขาเอาชนะโซ่ตรวนเหล่านี้

พวกเขาก็นำความวุ่นวายมาสู่สังคมชนชั้นกลางทั้งหมด

and the productive forces endanger the existence of Bourgeoisie property

และกำลังการผลิตเป็นอันตรายต่อการดำรงอยู่ของทรัพย์สินของชนชั้นนายทุน

The conditions of Bourgeoisie society are too narrow to comprise the wealth created by them

เงื่อนไขของสังคมชนชั้นนายทุนนั้นแคบเกินไปที่จะประกอบด้วยความมั่งคั่งที่สร้างขึ้นโดยพวกเขา

And how does the Bourgeoisie get over these crises?

และชนชั้นนายทุนจะเอาชนะวิกฤตเหล่านี้ได้อย่างไร?

On the one hand, it overcomes these crises by the enforced destruction of a mass of productive forces

ในแง่หนึ่งมันเอาชนะวิกฤตเหล่านี้ด้วยการบังคับทำลายมวลของกำลังการผลิต

on the other hand, it overcomes these crises by the conquest of new markets

ในทางกลับกัน มันเอาชนะวิกฤตเหล่านี้ด้วยการพิชิตตลาดใหม่

and it overcomes these crises by the more thorough exploitation of the old forces of production

และเอาชนะวิกฤตเหล่านี้ด้วยการแสวงหาประโยชน์จากกองกำลังการผลิตเก่าอย่างละเอียดยิ่งขึ้น

That is to say, by paving the way for more extensive and more destructive crises

กล่าวคือ

โดยการปูทางไปสู่วิกฤตการณ์ที่กว้างขวางและทำลายล้างมากขึ้น

it overcomes the crisis by diminishing the means whereby crises are prevented

มันเอาชนะวิกฤตโดยลดวิธีการป้องกันวิกฤต

The weapons with which the Bourgeoisie felled feudalism to the ground are now turned against itself

อาวุธที่ชนชั้นนายทุนใช้โค่นล้มศักดินาลงสู่พื้นตอนนี้หันกลับมาต่อต้านตัวเอง

But not only has the Bourgeoisie forged the weapons that bring death to itself

แต่ไม่เพียงแต่ชนชั้นนายทุนเท่านั้นที่ได้ปลอมแปลงอาวุธที่นำความตายมาสู่ตัวเอง

it has also called into existence the men who are to wield those weapons

นอกจากนี้ยังเรียกผู้ชายที่จะถืออาวุธเหล่านั้น

and these men are the modern working class; they are the proletarians

และคนเหล่านี้คือชนชั้นแรงงานสมัยใหม่

พวกเขาคือชนชั้นกรรมาชีพ

In proportion as the Bourgeoisie is developed, in the same proportion is the Proletariat developed

ในสัดส่วนที่ชนชั้นนายทุนได้รับการพัฒนาในสัดส่วนเดียวกันคือชนชั้นกรรมาชีพที่พัฒนาขึ้น

the modern working class developed a class of labourers

ชนชั้นแรงงานสมัยใหม่ได้พัฒนาชนชั้นแรงงาน

this class of labourers live only so long as they find work

แรงงานชนชั้นนี้มีชีวิตอยู่ตราบเท่าที่พวกเขาหางานทำ

and they find work only so long as their labour increases capital

และพวกเขาหางานทำได้ก็ต่อเมื่อแรงงานของพวกเขาเพิ่มทุน

These labourers, who must sell themselves piece-meal, are a commodity

แรงงานเหล่านี้ที่ต้องขายตัวเองทีละชิ้นเป็นสินค้า

these labourers are like every other article of commerce

แรงงานเหล่านี้ก็เหมือนกับสินค้าพาณิชย์อื่น ๆ

and they are consequently exposed to all the vicissitudes of competition

และด้วยเหตุนี้พวกเขาจึงต้องเผชิญกับความผันผวนของการแข่งขันทั้งหมด

they have to weather all the fluctuations of the market

พวกเขาต้องรับมือกับความผันผวนของตลาด

Owing to the extensive use of machinery and to division of labour

เนื่องจากการใช้เครื่องจักรอย่างกว้างขวางและการแบ่งงาน

the work of the proletarians has lost all individual character

งานของชนชั้นกรรมาชีพได้สูญเสียลักษณะส่วนบุคคลทั้งหมด

and consequently, the work of the proletarians has lost all charm for the workman

และด้วยเหตุนี้

งานของชนชั้นกรรมาชีพจึงสูญเสียเสน่ห์ทั้งหมดสำหรับคนงาน

He becomes an appendage of the machine, rather than the man he once was

เขากลายเป็นส่วนเสริมของเครื่องจักร

แทนที่จะเป็นคนที่เขาเคยเป็น

only the most simple, monotonous, and most easily acquired knack is required of him

เขาต้องการเพียงความสามารถพิเศษที่เรียบง่าย ซ้ำซากจำเจ และหาได้ง่ายที่สุดเท่านั้น

Hence, the cost of production of a workman is restricted

ดังนั้นต้นทุนการผลิตของคนงานจึงถูกจำกัด

it is restricted almost entirely to the means of subsistence that he requires for his maintenance

มันถูกจำกัดไว้เกือบทั้งหมดในการดำรงชีพที่เขาต้องการเพื่อการบำรุงรักษาของเขา

and it is restricted to the means of subsistence that he requires for the propagation of his race

และมันถูกจำกัดไว้ที่วิธีการดำรงชีพที่เขาต้องการสำหรับการขยายพันธุ์เผ่าพันธุ์ของเขา

But the price of a commodity, and therefore also of labour, is equal to its cost of production

แต่ราคาของสินค้าโภคภัณฑ์และราคาของแรงงานก็เท่ากับต้นทุนการผลิต

In proportion, therefore, as the repulsiveness of the work increases, the wage decreases

ตามสัดส่วนเมื่อความน่ารังเกียจของงานเพิ่มขึ้นค่าจ้างก็ลดลง

Nay, the repulsiveness of his work increases at an even greater rate

ไม่ ความน่ารังเกียจของงานของเขาเพิ่มขึ้นในอัตราที่มากขึ้น

as the use of machinery and division of labour increases, so does the burden of toil

เมื่อการใช้เครื่องจักรและการแบ่งงานเพิ่มขึ้นภาระของการทำงานหนักก็เพิ่มขึ้น

the burden of toil is increased by prolongation of the working hours

ภาระของการทำงานหนักเพิ่มขึ้นจากการยืดเวลาทำงาน

more is expected of the labourer in the same time as before

คาดหวังมากขึ้นจากคนงานในเวลาเดียวกันกับเมื่อก่อน

and of course the burden of the toil is increased by the speed of the machinery

และแน่นอนว่าภาระของการทำงานหนักจะเพิ่มขึ้นตามความเร็วของเครื่องจักร

Modern industry has converted the little workshop of the patriarchal master into the great factory of the industrial capitalist

อุตสาหกรรมสมัยใหม่ได้เปลี่ยนโรงงานเล็ก ๆ

ของปรมาจารย์ปิตาธิปไตยให้กลายเป็นโรงงานที่ยิ่งใหญ่ของนายทุนอุตสาหกรรม

Masses of labourers, crowded into the factory, are organised like soldiers

แรงงานจำนวนมากที่เบียดเสียดกันในโรงงานถูกจัดระเบียบเหมือนทหาร

As privates of the industrial army they are placed under the command of a perfect hierarchy of officers and sergeants

ในฐานะพลทหารของกองทัพอุตสาหกรรมพวกเขาอยู่ภายใต้การบังคับบัญชาของลำดับชั้นที่สมบูรณ์แบบของเจ้าหน้าที่และจ่าสิบเอก

they are not only the slaves of the Bourgeoisie class and State

พวกเขาไม่เพียงแต่เป็นทาสของชนชั้นนายทุนและรัฐเท่านั้น

but they are also daily and hourly enslaved by the machine

แต่พวกเขายังเป็นทาสของเครื่องจักรทุกวันและรายชั่วโมง

they are enslaved by the over-looker, and, above all, by the individual Bourgeoisie manufacturer himself

พวกเขาตกเป็นทาสของผู้มองข้าม และเหนือสิ่งอื่นใด

โดยผู้ผลิตชนชั้นนายทุนแต่ละคนเอง

The more openly this despotism proclaims gain to be its end and aim, the more petty, the more hateful and the more embittering it is

ยิ่งเผด็จการนี้ประกาศผลประโยชน์อย่างเปิดเผยว่าเป็นจุดจบและจุ

ดมุ่งหมายของมัน ก็ยิ่งเล็กน้อย เกลียดชังมากขึ้น

และยิ่งขมขื่นมากขึ้นเท่านั้น

the more modern industry becomes developed, the lesser are the differences between the sexes

ยิ่งอุตสาหกรรมสมัยใหม่พัฒนามากเท่าไหร่ความแตกต่างระหว่างเ

พศก็จะยิ่งน้อยลงเท่านั้น

The less the skill and exertion of strength implied in manual labour, the more is the labour of men superseded by that of women

ยิ่งทักษะและการออกแรงของแรงงานคนน้อยลงเท่าใดแรงงานขอ

งผู้ชายก็ยิ่งถูกแทนที่ด้วยแรงงานของผู้หญิงมากขึ้นเท่านั้น

Differences of age and sex no longer have any distinctive social validity for the working class

ความแตกต่างของอายุและเพศไม่มีความถูกต้องทางสังคมที่โดดเด่

นสำหรับชนชั้นแรงงานอีกต่อไป

All are instruments of labour, more or less expensive to use, according to their age and sex

ทั้งหมดเป็นเครื่องมือของแรงงาน

ไม่มากก็น้อยในการใช้ตามอายุและเพศ

as soon as the labourer receives his wages in cash, than he is set upon by the other portions of the Bourgeoisie

ทันทีที่คนงานได้รับค่าจ้างเป็นเงินสด

เขาจะถูกกำหนดโดยส่วนอื่น ๆ ของชนชั้นนายทุน

the landlord, the shopkeeper, the pawnbroker, etc

เจ้าของบ้าน เจ้าของร้าน จอมรับจำนำ ฯลฯ

The lower strata of the middle class; the small trades people and shopkeepers

ชนชั้นล่างของชนชั้นกลาง คนค้าขายรายย่อยและเจ้าของร้าน

the retired tradesmen generally, and the handicraftsmen and peasants

พ่อค้าที่เกษียณอายุโดยทั่วไป และช่างฝีมือและชาวนา

all these sink gradually into the Proletariat

ทั้งหมดนี้ค่อยๆ จมลงไปในชนชั้นกรรมาชีพ

partly because their diminutive capital does not suffice for the scale on which Modern Industry is carried on

ส่วนหนึ่งเป็นเพราะทุนขนาดเล็กไม่เพียงพอสำหรับขนาดที่อุตสา

หกรรมสมัยใหม่ดำเนินต่อไป

and because it is swamped in the competition with the large capitalists

และเพราะมันถูกท่วมท้นในการแข่งขันกับนายทุนรายใหญ่

partly because their specialized skill is rendered worthless by the new methods of production

ส่วนหนึ่งเป็นเพราะทักษะเฉพาะทางของพวกเขาไร้ค่าด้วยวิธีการ

ผลิตแบบใหม่

Thus the Proletariat is recruited from all classes of the population

ดังนั้นชนชั้นกรรมาชีพจึงได้รับการคัดเลือกจากประชากรทุกชนชั้

น

The Proletariat goes through various stages of development
ชนชั้นกรรมาชีพต้องผ่านขั้นตอนต่างๆ ของการพัฒนา

With its birth begins its struggle with the Bourgeoisie
ด้วยการกำเนิดของมันเริ่มต้นการต่อสู้กับชนชั้นนายทุน

At first the contest is carried on by individual labourers
ในตอนแรกการแข่งขันจะดำเนินการ โดยแรงงานแต่ละคน

then the contest is carried on by the workpeople of a factory
จากนั้นการประกวดจะดำเนินการ โดยคนงานของโรงงาน

then the contest is carried on by the operatives of one trade, in one locality
จากนั้นการแข่งขันจะดำเนินการ โดยผู้ปฏิบัติงานของการค้าหนึ่งในท้องถิ่น

and the contest is then against the individual Bourgeoisie who directly exploits them
และการแข่งขันจะต่อต้านชนชั้นนายทุนแต่ละคนที่เอาเปรียบพวกเขาโดยตรง

They direct their attacks not against the Bourgeoisie conditions of production
พวกเขาโจมตีโดยตรง ไม่ต่อต้านเงื่อนไขการผลิตของชนชั้นนายทุน

but they direct their attack against the instruments of production themselves
แต่พวกเขาโจมตีเครื่องมือการผลิตด้วยตัวเอง

they destroy imported wares that compete with their labour
พวกเขาทำลายสินค้านำเข้าที่แข่งขันกับแรงงานของพวกเขา

they smash to pieces machinery and they set factories ablaze
พวกเขาทุบเครื่องจักรเป็นชิ้นเล็กชิ้นน้อยและจุดไฟเผาโรงงาน

they seek to restore by force the vanished status of the workman of the Middle Ages

พวกเขาพยายามฟื้นฟูสถานะที่หายไปของคนงานในยุคกลางด้วยกำลัง

At this stage the labourers still form an incoherent mass scattered over the whole country

ในขั้นตอนนี้แรงงานยังคงก่อตัวเป็นมวลที่ไม่ต่อเนื่องกันกระจัดกระจายไปทั่วประเทศ

and they are broken up by their mutual competition

และพวกเขาถูกทำลายโดยการแข่งขันซึ่งกันและกัน

If anywhere they unite to form more compact bodies, this is not yet the consequence of their own active union

หากที่ใดก็ตามที่พวกเขารวมตัวกันเพื่อสร้างร่างกายที่กะทัดรัดมากขึ้นนี่ยังไม่เป็นผลมาจากการรวมตัวกันที่ใช้งานอยู่

but it is a consequence of the union of the Bourgeoisie, to attain its own political ends

แต่เป็นผลมาจากการรวมตัวกันของชนชั้นนายทุนเพื่อให้บรรลุจุดจบทางการเมืองของตนเอง

the Bourgeoisie is compelled to set the whole Proletariat in motion

ชนชั้นนายทุนถูกบังคับให้ขับเคลื่อนชนชั้นกรรมาชีพทั้งหมด

and moreover, for a time being, the Bourgeoisie is able to do so

และยิ่งไปกว่านั้นในชั่วขณะหนึ่งชนชั้นนายทุนสามารถทำได้

At this stage, therefore, the proletarians do not fight their enemies

ดังนั้นในขั้นตอนนี้ชนชั้นกรรมาชีพจึงไม่ต่อสู้กับศัตรูของพวกเขา

but instead they are fighting the enemies of their enemies

แต่พวกเขากลับต่อสู้กับศัตรูของศัตรู

the fight the remnants of absolute monarchy and the landowners

ต่อสู้กับเศษซากของระบอบสมบูรณาญาสิทธิราชย์และเจ้าของที่ดิน

they fight the non-industrial Bourgeoisie; the petty
Bourgeoisie

พวกเขาต่อสู้กับชนชั้นนายทุนที่ไม่ใช่อุตสาหกรรม

ชนชั้นนายทุนเล็ก ๆ

Thus the whole historical movement is concentrated in the
hands of the Bourgeoisie

ดังนั้นการเคลื่อนไหวทางประวัติศาสตร์ทั้งหมดจึงกระจุกตัวอยู่ใน

มือของชนชั้นนายทุน

every victory so obtained is a victory for the Bourgeoisie

ทุกชัยชนะที่ได้รับคือชัยชนะของชนชั้นนายทุน

But with the development of industry the Proletariat not
only increases in number

แต่ด้วยการพัฒนาของอุตสาหกรรม Proletariat

ไม่เพียงแต่เพิ่มจำนวน

the Proletariat becomes concentrated in greater masses and
its strength grows

ชนชั้นกรรมาชีพจะกระจุกตัวอยู่ในมวลที่มากขึ้นและความแข็งแก

ร่งของมันเพิ่มขึ้น

and the Proletariat feels that strength more and more

และชนชั้นกรรมาชีพรู้สึกถึงความแข็งแกร่งนั้นมากขึ้นเรื่อยๆ

The various interests and conditions of life within the ranks
of the Proletariat are more and more equalised

ผลประโยชน์และเงื่อนไขต่างๆ

ของชีวิตภายในกลุ่มชนชั้นกรรมาชีพมีความเท่าเทียมกันมากขึ้นเรื่

อยๆ

they become more in proportion as machinery obliterates all distinctions of labour

พวกเขากลายเป็นสัดส่วนมากขึ้นเมื่อเครื่องจักรลบล้างความแตกต่างทั้งหมดของแรงงาน

and machinery nearly everywhere reduces wages to the same low level

และเครื่องจักรเกือบทุกที่ลดค่าจ้างให้อยู่ในระดับต่ำเท่าเดิม

The growing competition among the Bourgeoisie, and the resulting commercial crises, make the wages of the workers ever more fluctuating

การแข่งขันที่เพิ่มขึ้นระหว่างชนชั้นนายทุนและวิกฤตการค้าที่เกิดขึ้นทำให้ค่าจ้างของคนงานผันผวนมากขึ้น

The unceasing improvement of machinery, ever more rapidly developing, makes their livelihood more and more precarious

การปรับปรุงเครื่องจักรอย่างไม่หยุดยั้ง

ซึ่งพัฒนาอย่างรวดเร็วขึ้นเรื่อย ๆ

ทำให้การดำรงชีวิตของพวกเขาล่อแหลมมากขึ้นเรื่อยๆ

the collisions between individual workmen and individual Bourgeoisie take more and more the character of collisions between two classes

การปะทะกันระหว่างคนงานแต่ละคนและชนชั้นนายทุนแต่ละคน

มีลักษณะของการปะทะกันระหว่างสองชนชั้นมากขึ้นเรื่อยๆ

Thereupon the workers begin to form combinations (Trades Unions) against the Bourgeoisie

จากนั้นคนงานก็เริ่มรวมตัวกัน (สหภาพแรงงาน)

เพื่อต่อต้านชนชั้นนายทุน

they club together in order to keep up the rate of wages

พวกเขารวมตัวกันเพื่อรักษาอัตราค่าจ้าง

they found permanent associations in order to make provision beforehand for these occasional revolts

พวกเขาพบสมาคมถาวรเพื่อเตรียมการล่วงหน้าสำหรับการจลาจลเป็นครั้งคราวเหล่านี้

Here and there the contest breaks out into riots

ที่นี่และที่นั่นการแข่งขันแตกเป็นจลาจล

Now and then the workers are victorious, but only for a time

บางครั้งคนงานได้รับชัยชนะ แต่เพียงชั่วขณะเดียว

The real fruit of their battles lies, not in the immediate result, but in the ever-expanding union of the workers

ผลที่แท้จริงของการต่อสู้ของพวกเขาไม่ได้อยู่ที่ผลลัพธ์ในทันที แต่อยู่ในสหภาพแรงงานที่ขยายตัวขึ้นเรื่อยๆ

This union is helped on by the improved means of communication that are created by modern industry

สหภาพแรงงานนี้ได้รับความช่วยเหลือจากวิธีการสื่อสารที่ได้รับการปรับปรุงซึ่งสร้างขึ้นโดยอุตสาหกรรมสมัยใหม่

modern communication places the workers of different localities in contact with one another

การสื่อสารสมัยใหม่ทำให้คนงานในท้องถิ่นต่างๆ ติดต่อกัน

It was just this contact that was needed to centralise the numerous local struggles into one national struggle between classes

การติดต่อนี้เองที่จำเป็นในการรวมศูนย์การต่อสู้ในท้องถิ่นจำนวนมากให้เป็นการต่อสู้ระดับชาติระหว่างชนชั้น

all of these struggles are of the same character, and every class struggle is a political struggle

การต่อสู้ทั้งหมดนี้มีลักษณะเดียวกัน และการต่อสู้ทางชนชั้นทุกครั้งเป็นการต่อสู้ทางการเมือง

the burghers of the Middle Ages, with their miserable highways, required centuries to form their unions

ชาวเมืองในยุคกลางที่มีทางหลวงที่น่าสังเวชต้องใช้เวลาหลายศตวรรษในการสร้างสหภาพแรงงาน

the modern proletarians, thanks to railways, achieve their unions within a few years

ชนชั้นกรรมาชีพสมัยใหม่ต้องขอบคุณการรถไฟที่บรรลุสหภาพแรงงานภายในไม่กี่ปี

This organisation of the proletarians into a class consequently formed them into a political party

การจัดระเบียบของชนชั้นกรรมาชีพให้เป็นชนชั้นจึงก่อตั้งพวกเขาให้เป็นพรรคการเมือง

the political class is continually being upset again by the competition between the workers themselves

ชนชั้นทางการเมืองกำลังถูกอารมณ์เสียอีกครั้งอย่างต่อเนื่องจากการแข่งขันระหว่างคนงานเอง

But the political class continues to rise up again, stronger, firmer, mightier

แต่ชนชั้นทางการเมืองยังคงลุกขึ้นมาอีกครั้ง แข็งแกร่งขึ้น มั่นคงขึ้น และแข็งแกร่งขึ้น

It compels legislative recognition of particular interests of the workers

บังคับให้มีการยอมรับทางกฎหมายเกี่ยวกับผลประโยชน์เฉพาะของคนงาน

it does this by taking advantage of the divisions among the Bourgeoisie itself

มันทำเช่นนี้โดยใช้ประโยชน์จากความแตกแยกระหว่างชนชั้นนายทุนเอง

Thus the ten-hours' bill in England was put into law

ดังนั้นร่างกฎหมายสิบชั่วโมงในอังกฤษจึงถูกนำมาใช้เป็นกฎหมาย

in many ways the collisions between the classes of the old society further is the course of development of the Proletariat

ในหลาย ๆ

ด้านการปะทะกันระหว่างชนชั้นของสังคมเก่าเป็นแนวทางของการพัฒนาของชนชั้นกรรมาชีพ

The Bourgeoisie finds itself involved in a constant battle

ชนชั้นนายทุนพบว่าตัวเองมีส่วนร่วมในการต่อสู้อย่างต่อเนื่อง

At first it will find itself involved in a constant battle with the aristocracy

ในตอนแรกมันจะพบว่าตัวเองมีส่วนร่วมในการต่อสู้อย่างต่อเนื่องกับชนชั้นสูง

later on it will find itself involved in a constant battle with those portions of the Bourgeoisie itself

ต่อมาจะพบว่าตัวเองมีส่วนร่วมในการต่อสู้อย่างต่อเนื่องกับส่วนเหล่านั้นของชนชั้นนายทุนเอง

and their interests will have become antagonistic to the progress of industry

และผลประโยชน์ของพวกเขาจะกลายเป็นปฏิปักษ์ต่อความก้าวหน้าของอุตสาหกรรม

at all times, their interests will have become antagonistic with the Bourgeoisie of foreign countries

ผลประโยชน์ของพวกเขาจะกลายเป็นปฏิปักษ์กับชนชั้นนายทุนของต่างประเทศตลอดเวลา

In all these battles it sees itself compelled to appeal to the Proletariat, and asks for its help

ในการต่อสู้ทั้งหมดนี้พวกเขาเห็นว่าตัวเองถูกบังคับให้อุทธรณ์ต่อชนชั้นกรรมาชีพและขอความช่วยเหลือจากชนชั้นกรรมาชีพ

and thus, it will feel compelled to drag it into the political arena

และด้วยเหตุนี้จึงรู้สึกว่าต้องลากมันเข้าสู่เวทีการเมือง

The Bourgeoisie itself, therefore, supplies the Proletariat with its own instruments of political and general education

ชนชั้นนายทุนเองจึงจัดหาเครื่องมือการศึกษาทางการเมืองและการศึกษาทั่วไปให้กับชนชั้นกรรมาชีพ

in other words, it furnishes the Proletariat with weapons for fighting the Bourgeoisie

กล่าวอีกนัยหนึ่งคือจัดหาอาวุธให้กับชนชั้นกรรมาชีพเพื่อต่อสู้กับชนชั้นนายทุน

Further, as we have already seen, entire sections of the ruling classes are precipitated into the Proletariat

นอกจากนี้

ดังที่เราได้เห็นไปแล้วว่าชนชั้นปกครองทั้งหมดถูกตกตะกอนในชนชั้นกรรมาชีพ

the advance of industry sucks them into the Proletariat

ความก้าวหน้าของอุตสาหกรรมดูดพวกเขาเข้าสู่ชนชั้นกรรมาชีพ

or, at least, they are threatened in their conditions of existence

หรืออย่างน้อยพวกเขาก็ถูกคุกคามในสภาพการดำรงอยู่

These also supply the Proletariat with fresh elements of enlightenment and progress

สิ่งเหล่านี้ยังจัดหาองค์ประกอบใหม่ของการตรัสรู้และความก้าวห
น้าให้กับชนชั้นกรรมาชีพ

Finally, in times when the class struggle nears the decisive hour

ในที่สุด ในช่วงเวลาที่การต่อสู้ทางชนชั้นใกล้ถึงเวลาชี้ขาด

the process of dissolution going on within the ruling class

กระบวนการสลายตัวที่เกิดขึ้นภายในชนชั้นปกครอง

in fact, the dissolution going on within the ruling class will be felt within the whole range of society

ในความเป็นจริงการสลายตัวที่เกิดขึ้นภายในชนชั้นปกครองจะรู้สึ
กได้ภายในสังคมทั้งหมด

it will take on such a violent, glaring character, that a small section of the ruling class cuts itself adrift

มันจะมีลักษณะที่รุนแรงและชัดเจนจนส่วนเล็ก ๆ

ของชนชั้นปกครองตัดตัวเองลอยไป

and that ruling class will join the revolutionary class

และชนชั้นปกครองจะเข้าร่วมชนชั้นปฏิวัติ

the revolutionary class being the class that holds the future in its hands

ชนชั้นปฏิวัติเป็นชนชั้นที่ถืออนาคตไว้ในมือ

Just as at an earlier period, a section of the nobility went over to the Bourgeoisie

เช่นเดียวกับในช่วงเวลาก่อนหน้านี้ส่วนหนึ่งของขุนนางได้ข้ามไป
สู่ชนชั้นนายทุน

the same way a portion of the Bourgeoisie will go over to the Proletariat

ในทำนองเดียวกันส่วนหนึ่งของชนชั้นนายทุนจะข้ามไปสู่ชนชั้นก
รรมาชีพ

in particular, a portion of the Bourgeoisie will go over to a portion of the Bourgeoisie ideologists

โดยเฉพาะอย่างยิ่งส่วนหนึ่งของชนชั้นนายทุนจะข้ามไปยังส่วนหนึ่งของอุดมการณ์ชนชั้นนายทุน

Bourgeoisie ideologists who have raised themselves to the level of comprehending theoretically the historical movement as a whole

นักอุดมการณ์ชนชั้นกลางที่ยกระดับตัวเองให้อยู่ในระดับของการทำความเข้าใจในทางทฤษฎีการเคลื่อนไหวทางประวัติศาสตร์โดยรวม

Of all the classes that stand face to face with the Bourgeoisie today, the Proletariat alone is a really revolutionary class

ในบรรดาชนชั้นทั้งหมดที่เผชิญหน้ากับชนชั้นนายทุนในปัจจุบันชนชั้นกรรมาชีพเพียงอย่างเดียวเป็นชนชั้นปฏิวัติอย่างแท้จริง

The other classes decay and finally disappear in the face of Modern Industry

ชนชั้นอื่น ๆ

เสื่อมโทรมและหายไปในที่สุดเมื่อเผชิญกับอุตสาหกรรมสมัยใหม่

the Proletariat is its special and essential product

ชนชั้นกรรมาชีพเป็นผลิตภัณฑ์พิเศษและจำเป็น

The lower middle class, the small manufacturer, the shopkeeper, the artisan, the peasant

ชนชั้นกลางระดับล่าง ผู้ผลิตรายย่อย เจ้าของร้าน ช่างฝีมือ ชาวนา

all these fight against the Bourgeoisie

ทั้งหมดนี้ต่อสู้กับชนชั้นนายทุน

they fight as fractions of the middle class to save themselves from extinction

พวกเขาต่อสู้ในฐานะเศษส่วนของชนชั้นกลางเพื่อช่วยตัวเองจากก
ารสูญพันธุ์

They are therefore not revolutionary, but conservative

พวกเขาจึงไม่ใช่การปฏิวัติ แต่อนุรักษ์นิยม

Nay more, they are reactionary, for they try to roll back the wheel of history

พวกเขาเป็นปฏิกิริยาเพราะพวกเขาพยายามย้อนกลับวงล้อแห่งปร
ะวัติศาสตร์

If by chance they are revolutionary, they are so only in view of their impending transfer into the Proletariat

หากบังเอิญพวกเขาปฏิวัติ

พวกเขาก็เป็นเช่นนั้นก็ต่อเมื่อพิจารณาถึงการถ่ายโอนที่ใกล้เข้ามาใ
นชนชั้นกรรมาชีพ

they thus defend not their present, but their future interests

ดังนั้นพวกเขาจึงไม่ได้ปกป้องปัจจุบัน

แต่เป็นผลประโยชน์ในอนาคตของพวกเขา

they desert their own standpoint to place themselves at that of the Proletariat

พวกเขาละทิ้งจุดยืนของตนเองเพื่อวางตัวเองไว้ที่จุดยืนของชนชั้น
กรรมาชีพ

The "dangerous class," the social scum, that passively rotting mass thrown off by the lowest layers of old society

"ชนชั้นอันตราย" ขยะทางสังคม

มวลที่เน่าเปื่อยอย่างเฉยเมยที่ถูกโยนทิ้งโดยชั้นล่างสุดของสังคมเก่
า

they may, here and there, be swept into the movement by a proletarian revolution

พวกเขาอาจถูกกวาดล้างเข้าไปในขบวนการโดยการปฏิวัติชนชั้นกรรมาชีพที่นี่

its conditions of life, however, prepare it far more for the part of a bribed tool of reactionary intrigue

อย่างไรก็ตาม

สภาพชีวิตของมันเตรียมมันให้พร้อมมากขึ้นสำหรับส่วนของเครื่องมือติดสินบนของอุบายปฏิกิริยา

In the conditions of the Proletariat, those of old society at large are already virtually swamped

ในสภาพของชนชั้นกรรมาชีพ

สังคมเก่าโดยรวมแทบจะท่วมท้นอยู่แล้ว

The proletarian is without property

ชนชั้นกรรมาชีพไม่มีทรัพย์สิน

his relation to his wife and children has no longer anything in common with the Bourgeoisie's family-relations

ความสัมพันธ์ของเขากับภรรยาและลูก ๆ

ของเขาไม่มีอะไรเหมือนกันกับความสัมพันธ์ในครอบครัวของชนชั้นนายทุนอีกต่อไป

modern industrial labour, modern subjection to capital, the same in England as in France, in America as in Germany

แรงงานอุตสาหกรรมสมัยใหม่การอยู่ภายใต้ทุนสมัยใหม่ในอังกฤษเช่นเดียวกับในฝรั่งเศสในอเมริกาเช่นเดียวกับในเยอรมนี

his condition in society has stripped him of every trace of national character

สภาพของเขาในสังคมทำให้เขาขาดร่องรอยของลักษณะประจำชาติ

Law, morality, religion, are to him so many Bourgeoisie prejudices

กฎหมาย ศีลธรรม ศาสนา

เป็นอคติของชนชั้นกลางมากมายสำหรับเขา

and behind these prejudices lurk in ambush just as many Bourgeoisie interests

และเบื้องหลังอคติเหล่านี้แฝงตัวอยู่ในการซุ่มโจมตีเช่นเดียวกับผล

ประโยชน์ของชนชั้นนายทุนจำนวนมาก

All the preceding classes that got the upper hand, sought to fortify their already acquired status

ชนชั้นก่อนหน้านี้ทั้งหมดที่ได้เปรียบพยายามเสริมสถานะที่ได้มา

แล้ว

they did this by subjecting society at large to their conditions of appropriation

พวกเขาทำเช่นนี้โดยให้สังคมโดยรวมอยู่ภายใต้เงื่อนไขการจัดสร

รของพวกเขา

The proletarians cannot become masters of the productive forces of society

ชนชั้นกรรมาชีพไม่สามารถเป็นเจ้านายของกำลังการผลิตของสังค

มได้

it can only do this by abolishing their own previous mode of appropriation

สามารถทำได้โดยการยกเลิกรูปแบบการจัดสรรก่อนหน้านี้ของตน

เองเท่านั้น

and thereby it also abolishes every other previous mode of appropriation

และด้วยเหตุนี้จึงยกเลิกรูปแบบการจัดสรรอื่น ๆ ก่อนหน้านี้ด้วย

They have nothing of their own to secure and to fortify

พวกเขาไม่มีอะไรของตัวเองที่จะรักษาความปลอดภัยและเสริมกำ

ลัง

their mission is to destroy all previous securities for, and insurances of, individual property

ภารกิจของพวกเขาคือการทำลายหลักทรัพย์ก่อนหน้านี้ทั้งหมดสำ

หรับการประกันภัยทรัพย์สินส่วนบุคคล

All previous historical movements were movements of minorities

การเคลื่อนไหวทางประวัติศาสตร์ก่อนหน้านี้ทั้งหมดเป็นการเคลื่อ

นไหวของชนกลุ่มน้อย

or they were movements in the interests of minorities

หรือเป็นการเคลื่อนไหวเพื่อผลประโยชน์ของชนกลุ่มน้อย

The proletarian movement is the self-conscious, independent movement of the immense majority

ขบวนการชนชั้นกรรมาชีพเป็นขบวนการที่ตระหนักในตนเองและ

เป็นอิสระของคนส่วนใหญ่

and it is a movement in the interests of the immense majority

และเป็นการเคลื่อนไหวเพื่อผลประโยชน์ของคนส่วนใหญ่

The Proletariat, the lowest stratum of our present society

ชนชั้นกรรมาชีพชั้นล่างสุดของสังคมปัจจุบันของเรา

it cannot stir or raise itself up without the whole superincumbent strata of official society being sprung into the air

มันไม่สามารถปลุกปั่นหรือยกตัวเองขึ้นมาได้หากไม่มีชั้นผู้ดำรงตำ

าแหน่งสูงสุดของสังคมอย่างเป็นทางการที่ผุดขึ้นสู่อากาศ

Though not in substance, yet in form, the struggle of the Proletariat with the Bourgeoisie is at first a national struggle

แม้ว่าจะไม่ใช่สาระสำคัญ

แต่ในรูปแบบการต่อสู้ของชนชั้นกรรมาชีพกับชนชั้นนายทุนในต

อนแรกเป็นการต่อสู้ระดับชาติ

The Proletariat of each country must, of course, first of all settle matters with its own Bourgeoisie

แน่นอนว่าชนชั้นกรรมาชีพของแต่ละประเทศต้องจัดการเรื่องต่าง

ๆ กับชนชั้นนายทุนของตนเองก่อนอื่น

In depicting the most general phases of the development of the Proletariat, we traced the more or less veiled civil war

ในการพรรณนาถึงขั้นตอนทั่วไปที่สุดของการพัฒนาของชนชั้นกร

รมาชีพเราติดตามสงครามกลางเมืองที่ปิดบังไม่มากก็น้อย

this civil is raging within existing society

พลเรือนนี้กำลังโหมกระหน่ำในสังคมที่มีอยู่

it will rage up to the point where that war breaks out into open revolution

มันจะดุเดือดจนถึงจุดที่สงครามนั้นปะทุขึ้นเป็นการปฏิวัติอย่างเปิ

ดเผย

and then the violent overthrow of the Bourgeoisie lays the foundation for the sway of the Proletariat

จากนั้นการโค่นล้มชนชั้นนายทุนอย่างรุนแรงก็วางรากฐานสำหรั

บอิทธิพลของชนชั้นกรรมาชีพ

Hitherto, every form of society has been based, as we have already seen, on the antagonism of oppressing and oppressed classes

สังคมทุกรูปแบบมีพื้นฐานมาจากความเป็นปฏิปักษ์ของชนชั้นที่ก

ดขี่และถูกกดขี่อย่างที่เราได้เห็นแล้ว

But in order to oppress a class, certain conditions must be assured to it

แต่เพื่อที่จะกดขี่ชนชั้นต้องมั่นใจในเงื่อนไขบางประการ

the class must be kept under conditions in which it can, at least, continue its slavish existence

ชนชั้นต้องอยู่ภายใต้เงื่อนไขที่อย่างน้อยก็สามารถดำรงอยู่แบบทาสต่อไปได้

The serf, in the period of serfdom, raised himself to membership in the commune

ทาสในช่วงเวลาของการเป็นทาสได้ยกตัวเองให้เป็นสมาชิกในชุมชน

just as the petty Bourgeoisie, under the yoke of feudal absolutism, managed to develop into a Bourgeoisie

เช่นเดียวกับชนชั้นนายทุนเล็ก ๆ

ภายใต้แอกของระบอบสมบูรณาญาสิทธิราชย์ศักดินาสามารถพัฒนาเป็นชนชั้นนายทุนได้

The modern labourer, on the contrary, instead of rising with the progress of industry, sinks deeper and deeper

ในทางตรงกันข้ามแรงงานสมัยใหม่แทนที่จะลุกขึ้นพร้อมกับความก้าวหน้าของอุตสาหกรรม

he sinks below the conditions of existence of his own class

เขาจมอยู่ใต้เงื่อนไขการดำรงอยู่ของชนชั้นของเขาเอง

He becomes a pauper, and pauperism develops more rapidly than population and wealth

เขากลายเป็นคนยากจน

และความยากจนพัฒนาเร็วกว่าประชากรและความมั่งคั่ง

And here it becomes evident, that the Bourgeoisie is unfit any longer to be the ruling class in society

และที่นี่เห็นได้ชัดว่าชนชั้นนายทุนไม่เหมาะสมที่จะเป็นชนชั้นปกครองในสังคมอีกต่อไป

and it is unfit to impose its conditions of existence upon society as an over-riding law

และไม่เหมาะสมที่จะกำหนดเงื่อนไขการดำรงอยู่ของตนต่อสังคมเป็นกฎหมายที่เหนือกว่า

It is unfit to rule because it is incompetent to assure an existence to its slave within his slavery

มันไม่เหมาะสมที่จะปกครองเพราะมันไร้ความสามารถที่จะรับรองการดำรงอยู่ของทาสภายในความเป็นทาสของเขา

because it cannot help letting him sink into such a state, that it has to feed him, instead of being fed by him

เพราะมันอดไม่ได้ที่จะปล่อยให้เขาจมอยู่ในสภาพที่มันต้องเลี้ยงดูเขาแทนที่จะถูกเขาเลี้ยงดู

Society can no longer live under this Bourgeoisie

สังคมไม่สามารถอยู่ภายใต้ชนชั้นนายทุนนี้ได้อีกต่อไป

in other words, its existence is no longer compatible with society

กล่าวอีกนัยหนึ่งการดำรงอยู่ของมันไม่สามารถเข้ากันได้กับสังคมอีกต่อไป

The essential condition for the existence, and for the sway of the Bourgeoisie class, is the formation and augmentation of capital

เงื่อนไขสำคัญสำหรับการดำรงอยู่และอิทธิพลของชนชั้นนายทุนคือการก่อตัวและการเพิ่มทุน

the condition for capital is wage-labour

เงื่อนไขของทุนคือแรงงานค่าจ้าง

Wage-labour rests exclusively on competition between the labourers

แรงงานค่าจ้างขึ้นอยู่กับการแข่งขันระหว่างแรงงานเท่านั้น

The advance of industry, whose involuntary promoter is the Bourgeoisie, replaces the isolation of the labourers

ความก้าวหน้าของอุตสาหกรรมซึ่งผู้สนับสนุนโดยไม่สมัครใจคือชนชั้นนายทุนเข้ามาแทนที่ความโดดเดี่ยวของแรงงาน

due to competition, due to their revolutionary combination, due to association

เนื่องจากการแข่งขัน เนื่องจากการผสมผสานที่ปฏิวัติวงการ เนื่องจากการเชื่อมโยง

The development of Modern Industry cuts from under its feet the very foundation on which the Bourgeoisie produces and appropriates products

การพัฒนาอุตสาหกรรมสมัยใหม่ตัดรากฐานที่ชนชั้นนายทุนผลิตและจัดสรรผลิตภัณฑ์จากใต้เท้า

What the Bourgeoisie produces, above all, is its own grave-diggers

สิ่งที่ชนชั้นนายทุนผลิตขึ้นเหนือสิ่งอื่นใดคือคนขุดหลุมฝังศพของตัวเอง

The fall of the Bourgeoisie and the victory of the Proletariat are equally inevitable

การล่มสลายของชนชั้นนายทุนและชัยชนะของชนชั้นกรรมาชีพเป็นสิ่งที่หลีกเลี่ยงไม่ได้ไม่แพ้กัน

Proletarians and Communists
ชนชั้นกรรมาชีพและคอมมิวนิสต์

In what relation do the Communists stand to the proletarians as a whole?

คอมมิวนิสต์ยืนหยัดอย่างไรกับชนชั้นกรรมาชีพโดยรวม?

The Communists do not form a separate party opposed to other working-class parties

คอมมิวนิสต์ไม่ได้จัดตั้งพรรคแยกต่างหากที่ต่อต้านพรรคชนชั้นแรงงานอื่น ๆ

They have no interests separate and apart from those of the proletariat as a whole

พวกเขาไม่มีผลประโยชน์ที่แยกจากกันและแยกจากผลประโยชน์ของชนชั้นกรรมาชีพโดยรวม

They do not set up any sectarian principles of their own, by which to shape and mould the proletarian movement

พวกเขาไม่ได้กำหนดหลักการนิกายใด ๆ

ของตนเองเพื่อกำหนดและหล่อหลอมขบวนการชนชั้นกรรมาชีพ

The Communists are distinguished from the other working-class parties by only two things

คอมมิวนิสต์แตกต่างจากพรรคชนชั้นแรงงานอื่น ๆ

ด้วยสองสิ่งเท่านั้น

Firstly, they point out and bring to the front the common interests of the entire proletariat, independently of all nationality

ประการแรก

พวกเขาชี้ให้เห็นและนำผลประโยชน์ร่วมกันของชนชั้นกรรมาชีพ

ทั้งหมดมาสู่แนวหน้า โดยไม่ขึ้นกับทุกสัญชาติ

this they do in the national struggles of the proletarians of the different countries

สิ่งนี้พวกเขาทำในการต่อสู้ระดับชาติของชนชั้นกรรมาชีพของประเทศต่างๆ

Secondly, they always and everywhere represent the interests of the movement as a whole

ประการที่สอง

พวกเขาเป็นตัวแทนของผลประโยชน์ของขบวนการโดยรวมเสมอและทุกที่

this they do in the various stages of development, which the struggle of the working class against the Bourgeoisie has to pass through

สิ่งนี้พวกเขาทำในขั้นตอนต่างๆ ของการพัฒนา

ซึ่งการต่อสู้ของชนชั้นแรงงานต่อต้านชนชั้นนายทุนต้องผ่านไป

The Communists, therefore, are on the one hand, practically, the most advanced and resolute section of the working-class parties of every country

ดังนั้นคอมมิวนิสต์จึงเป็นส่วนที่ก้าวหน้าและเด็ดเดี่ยวที่สุดของพรรคชนชั้นแรงงานของทุกประเทศ

they are that section of the working class which pushes forward all others

พวกเขาเป็นส่วนหนึ่งของชนชั้นแรงงานที่ผลักดันให้คนอื่น ๆ ก้าวไปข้างหน้า

theoretically, they also have the advantage of clearly understanding the line of march

ในทางทฤษฎีพวกเขายังมีข้อได้เปรียบในการเข้าใจแนวการเดินขบวนอย่างชัดเจน

this they understand better compared the great mass of the proletariat

สิ่งนี้พวกเขาเข้าใจได้ดีกว่าเมื่อเทียบกับมวลชนชั้นกรรมาชีพที่ยิ่งใหญ่

they understand the conditions, and the ultimate general results of the proletarian movement

พวกเขาเข้าใจเงื่อนไขและผลลัพธ์ทั่วไปสูงสุดของขบวนการชนชั้นกรรมาชีพ

The immediate aim of the Communist is the same as that of all the other proletarian parties

เป้าหมายเฉพาะหน้าของคอมมิวนิสต์เหมือนกับพรรคกรรมาชีพอื่น ๆ ทั้งหมด

their aim is the formation of the proletariat into a class

จุดมุ่งหมายของพวกเขาคือการก่อตัวของชนชั้นกรรมาชีพให้เป็นชนชั้น

they aim to overthrow the Bourgeoisie supremacy

พวกเขาตั้งเป้าที่จะโค่นล้มอำนาจสูงสุดของชนชั้นนายทุน

the strive for the conquest of political power by the proletariat

ความพยายามเพื่อพิชิตอำนาจทางการเมืองโดยชนชั้นกรรมาชีพ

The theoretical conclusions of the Communists are in no way based on ideas or principles of reformers

ข้อสรุปทางทฤษฎีของคอมมิวนิสต์ไม่ได้อยู่บนพื้นฐานของแนวคิดหรือหลักการของนักปฏิรูป

it wasn't would-be universal reformers that invented or discovered the theoretical conclusions of the Communists

ไม่ใช่นักปฏิรูปสากลที่คิดค้นหรือค้นพบข้อสรุปทางทฤษฎีของคอมมิวนิสต์

They merely express, in general terms, actual relations springing from an existing class struggle

พวกเขาเพียงแสดงความสัมพันธ์ที่แท้จริงที่เกิดขึ้นจากการต่อสู้ทา

งชนชั้นที่มีอยู่ในแง่ทั่วไป

and they describe the historical movement going on under our very eyes that have created this class struggle

และพวกเขาอธิบายถึงการเคลื่อนไหวทางประวัติศาสตร์ที่เกิดขึ้นภ

ายใต้สายตาของเราที่สร้างการต่อสู้ทางชนชั้นนี้

The abolition of existing property relations is not at all a distinctive feature of Communism

การยกเลิกความสัมพันธ์ด้านทรัพย์สินที่มีอยู่ไม่ใช่ลักษณะเด่นของ

ลัทธิคอมมิวนิสต์เลย

All property relations in the past have continually been subject to historical change

ความสัมพันธ์ด้านทรัพย์สินทั้งหมดในอดีตมีการเปลี่ยนแปลงทาง

ประวัติศาสตร์อย่างต่อเนื่อง

and these changes were consequent upon the change in historical conditions

และการเปลี่ยนแปลงเหล่านี้เป็นผลมาจากการเปลี่ยนแปลงของสภ

าพทางประวัติศาสตร์

The French Revolution, for example, abolished feudal property in favour of Bourgeoisie property

ตัวอย่างเช่น การปฏิวัติฝรั่งเศส

ได้ยกเลิกทรัพย์สินของศักดินาเพื่อสนับสนุนทรัพย์สินของชนชั้น

นายทุน

The distinguishing feature of Communism is not the abolition of property, generally

ลักษณะเด่นของลัทธิคอมมิวนิสต์ไม่ใช่การยกเลิกทรัพย์สินโดยทั่ว

ไป

but the distinguishing feature of Communism is the abolition of Bourgeoisie property

แต่ลักษณะเด่นของลัทธิคอมมิวนิสต์คือการยกเลิกทรัพย์สินของชนชั้นนายทุน

But modern Bourgeoisie private property is the final and most complete expression of the system of producing and appropriating products

แต่ทรัพย์สินส่วนตัวของชนชั้นนายทุนสมัยใหม่เป็นการแสดงออกขั้นสุดท้ายและสมบูรณ์ที่สุดของระบบการผลิตและการจัดสรรผลิตภัณฑ์

it is the final state of a system that is based on class antagonisms, where class antagonism is the exploitation of the many by the few

มันเป็นสถานะสุดท้ายของระบบที่มีพื้นฐานมาจากความเป็นปฏิปักษ์ทางชนชั้น

ซึ่งความเป็นปฏิปักษ์ทางชนชั้นคือการเอารัดเอาเปรียบคนจำนวนมากโดยคนไม่กี่คน

In this sense, the theory of the Communists may be summed up in the single sentence; the Abolition of private property

ในแง่นี้ทฤษฎีของคอมมิวนิสต์อาจสรุปได้ในประโยคเดียว

การยกเลิกทรัพย์สินส่วนตัว

We Communists have been reproached with the desire of abolishing the right of personally acquiring property

พวกเราคอมมิวนิสต์ถูกตำหนิด้วยความปรารถนาที่จะยกเลิกสิทธิในการได้มาซึ่งทรัพย์สินส่วนตัว

it is claimed that this property is the fruit of a man's own labour

มีการอ้างว่าทรัพย์สินนี้เป็นผลจากแรงงานของมนุษย์เอง

and this property is alleged to be the groundwork of all personal freedom, activity and independence.

และทรัพย์สินนี้ถูกกล่าวหาว่าเป็นรากฐานของเสรีภาพส่วนบุคคล กิจกรรมและความเป็นอิสระทั้งหมด

"Hard-won, self-acquired, self-earned property!"

"ทรัพย์สินที่ได้มาอย่างยากลำบาก ได้มาเอง และหามาเอง!"

Do you mean the property of the petty artisan and of the small peasant?

คุณหมายถึงทรัพย์สินของช่างฝีมือตัวเล็กและของชาวนาตัวเล็กหรือไม่?

Do you mean a form of property that preceded the Bourgeoisie form?

คุณหมายถึงรูปแบบของทรัพย์สินที่นำหน้ารูปแบบชนชั้นนายทุนหรือไม่?

There is no need to abolish that, the development of industry has to a great extent already destroyed it

ไม่จำเป็นต้องยกเลิกว่าการพัฒนาอุตสาหกรรมได้ทำลายมันไปแล้วในระดับมาก

and development of industry is still destroying it daily

และการพัฒนาอุตสาหกรรมยังคงทำลายมันทุกวัน

Or do you mean modern Bourgeoisie private property?

หรือคุณหมายถึงทรัพย์สินส่วนตัวของชนชั้นกลางสมัยใหม่?

But does wage-labour create any property for the labourer?

แต่แรงงานค่าจ้างสร้างทรัพย์สินให้กับคนงานหรือไม่?

no, wage labour creates not one bit of this kind of property!

ไม่ แรงงานค่าจ้างไม่ได้สร้างทรัพย์สินประเภทนี้แม้แต่นิดเดียว!

what wage labour does create is capital; that kind of property which exploits wage-labour

สิ่งที่แรงงานค่าจ้างสร้างขึ้นคือทุน

ทรัพย์สินประเภทที่เอารัดเอาเปรียบแรงงานค่าจ้าง

capital cannot increase except upon condition of begetting a new supply of wage-labour for fresh exploitation

ทุนไม่สามารถเพิ่มได้เว้นแต่มีเงื่อนไขในการจัดหาแรงงานค่าจ้างใหม่เพื่อการแสวงหาประโยชน์ใหม่

Property, in its present form, is based on the antagonism of capital and wage-labour

ทรัพย์สินในรูปแบบปัจจุบันมีพื้นฐานมาจากความเป็นปฏิปักษ์ของทุนและแรงงานค่าจ้าง

Let us examine both sides of this antagonism

ให้เราตรวจสอบทั้งสองด้านของความเป็นปฏิปักษ์นี้

To be a capitalist is to have not only a purely personal status

การเป็นนายทุนไม่ใช่แค่สถานะส่วนตัวเท่านั้น

instead, to be a capitalist is also to have a social status in production

การเป็นนายทุนก็คือการมีสถานะทางสังคมในการผลิตด้วย

because capital is a collective product; only by the united action of many members can it be set in motion

เพราะทุนเป็นผลิตภัณฑ์ส่วนรวม

โดยการกระทำที่เป็นเอกภาพของสมาชิกหลายคนเท่านั้นที่สามารถเริ่มดำเนินการได้

but this united action is a last resort, and actually requires all members of society

แต่การกระทำที่เป็นหนึ่งเดียวนี้เป็นทางเลือกสุดท้าย และจริงๆ แล้วต้องการสมาชิกทุกคนในสังคม

Capital does get converted into the property of all members of society

ทุนถูกแปลงเป็นทรัพย์สินของสมาชิกทุกคนในสังคม

but Capital is, therefore, not a personal power; it is a social power

แต่ทุนจึงไม่ใช่อำนาจส่วนบุคคล มันเป็นอำนาจทางสังคม

so when capital is converted into social property, personal property is not thereby transformed into social property

ดังนั้นเมื่อทุนถูกแปลงเป็นทรัพย์สินทางสังคมทรัพย์สินส่วนบุคคลจึงไม่ถูกเปลี่ยนเป็นทรัพย์สินทางสังคม

It is only the social character of the property that is changed, and loses its class-character

มันเป็นเพียงลักษณะทางสังคมของทรัพย์สินที่เปลี่ยนไปและสูญเสียลักษณะทางชนชั้น

Let us now look at wage-labour

ตอนนี้ให้เราดูแรงงานค่าจ้าง

The average price of wage-labour is the minimum wage, i.e., that quantum of the means of subsistence

ราคาเฉลี่ยของค่าจ้างแรงงานคือค่าจ้างขั้นต่ำ กล่าวคือ ควอนตัมของวิธีการยังชีพ

this wage is absolutely requisite in bare existence as a labourer

ค่าจ้างนี้เป็นสิ่งจำเป็นอย่างยิ่งในการดำรงอยู่เปลือยเปล่าในฐานะแรงงาน

What, therefore, the wage-labourer appropriates by means of his labour, merely suffices to prolong and reproduce a bare existence

ดังนั้นสิ่งที่แรงงานรับจ้างจัดสรรโดยใช้แรงงานของเขาก็เพียงพอที่จะยืดเยื้อและทำซ้ำการดำรงอยู่ที่เปลือยเปล่า

We by no means intend to abolish this personal appropriation of the products of labour

เราไม่ได้ตั้งใจที่จะยกเลิกการจัดสรรผลิตภัณฑ์แรงงานส่วนบุคคลนี้

an appropriation that is made for the maintenance and reproduction of human life

การจัดสรรที่ทำขึ้นเพื่อการบำรุงรักษาและสืบพันธุ์ชีวิตมนุษย์

such personal appropriation of the products of labour leave no surplus wherewith to command the labour of others

การจัดสรรผลผลิตแรงงานเป็นการส่วนตัวดังกล่าวไม่ทิ้งส่วนเกินที่จะสั่งการแรงงานของผู้อื่น

All that we want to do away with, is the miserable character of this appropriation

สิ่งที่เราต้องการกำจัดคือลักษณะที่น่าสังเวชของการจัดสรรนี้

the appropriation under which the labourer lives merely to increase capital

การจัดสรรที่แรงงานอาศัยอยู่เพียงเพื่อเพิ่มทุน

he is allowed to live only in so far as the interest of the ruling class requires it

เขาได้รับอนุญาตให้มีชีวิตอยู่ตราบเท่าที่ผลประโยชน์ของชนชั้นปกครองต้องการเท่านั้น

In Bourgeoisie society, living labour is but a means to increase accumulated labour

ในสังคมชนชั้นกลางแรงงานที่มีชีวิตเป็นเพียงวิธีการเพิ่มแรงงานสะสม

In Communist society, accumulated labour is but a means to widen, to enrich, to promote the existence of the labourer

ในสังคมคอมมิวนิสต์แรงงานที่สะสมเป็นเพียงวิธีการขยายความร่ำรวยเพื่อส่งเสริมการดำรงอยู่ของแรงงาน

In Bourgeoisie society, therefore, the past dominates the present

ในสังคมชนชั้นนายทุนจึงมีอำนาจเหนือปัจจุบัน

in Communist society the present dominates the past

ในสังคมคอมมิวนิสต์ปัจจุบันครอบงำอดีต

In Bourgeoisie society capital is independent and has individuality

ในสังคมชนชั้นนายทุนเป็นอิสระและมีความเป็นปัจเจกบุคคล

In Bourgeoisie society the living person is dependent and has no individuality

ในสังคมชนชั้นนายทุน

บุคคลที่มีชีวิตอยู่นั้นขึ้นอยู่กับและ ไม่มีความเป็นปัจเจกบุคคล

And the abolition of this state of things is called by the Bourgeoisie, abolition of individuality and freedom!

และการยกเลิกสภาวะของสิ่งต่าง ๆ

นี้ถูกเรียกโดยชนชั้นนายทุนว่าการยกเลิกความเป็นปัจเจกบุคคลแล
ะเสรีภาพ!

And it is rightly called the abolition of individuality and freedom!

และมันถูกเรียกว่าการยกเลิกความเป็นปัจเจกบุคคลและเสรีภาพ!

Communism aims for the abolition of Bourgeoisie individuality

ลัทธิคอมมิวนิสต์มีจุดมุ่งหมายเพื่อการยกเลิกความเป็นปัจเจกบุคค
ลของชนชั้นนายทุน

Communism intends for the abolition of Bourgeoisie independence

ลัทธิคอมมิวนิสต์ตั้งใจที่จะยกเลิกเอกราชของชนชั้นนายทุน

Bourgeoisie freedom is undoubtedly what communism is aiming at

เสรีภาพของชนชั้นกลางเป็นสิ่งที่คอมมิวนิสต์มุ่งเป้าไปที่อย่างไม่ต้องสงสัย

under the present Bourgeoisie conditions of production, freedom means free trade, free selling and buying

ภายใต้เงื่อนไขการผลิตของชนชั้นนายทุนในปัจจุบันเสรีภาพหมายถึงการค้าเสรีการขายและการซื้อเสรี

But if selling and buying disappears, free selling and buying also disappears

แต่ถ้าขายและซื้อหายไป

"brave words" by the Bourgeoisie about free selling and buying only have meaning in a limited sense

"คำพูดที่กล้าหาญ"

ของชนชั้นนายทุนเกี่ยวกับการขายและการซื้อฟรีมีความหมายในความหมายที่จำกัดเท่านั้น

these words have meaning only in contrast with restricted selling and buying

คำเหล่านี้มีความหมายตรงกันข้ามกับการขายและการซื้อแบบจำกัดเท่านั้น

and these words have meaning only when applied to the fettered traders of the Middle Ages

และคำเหล่านี้มีความหมายก็ต่อเมื่อนำไปใช้กับพ่อค้าที่ถูกผูกมัดในยุคกลาง

and that assumes these words even have meaning in a Bourgeoisie sense

และถือว่าคำเหล่านี้มีความหมายในแง่ของชนชั้นนายทุน

but these words have no meaning when they're being used to oppose the Communistic abolition of buying and selling

แต่คำเหล่านี้ไม่มีความหมายเมื่อถูกใช้เพื่อต่อต้านการยกเลิกการซื้

อและขายของคอมมิวนิสต์

the words have no meaning when they're being used to oppose the Bourgeoisie conditions of production being abolished

คำนี้ไม่มีความหมายเมื่อถูกใช้เพื่อต่อต้านเงื่อนไขการผลิตของชน

ชั้นนายทุนที่ถูกยกเลิก

and they have no meaning when they're being used to oppose the Bourgeoisie itself being abolished

และพวกเขาไม่มีความหมายเมื่อถูกใช้เพื่อต่อต้านการยกเลิกชนชั้น

นายทุนเอง

You are horrified at our intending to do away with private property

คุณตกใจที่ความตั้งใจของเราที่จะกำจัดทรัพย์สินส่วนตัว

But in your existing society, private property is already done away with for nine-tenths of the population

ทรัพย์สินส่วนตัวถูกกำจัดไปแล้วสำหรับเก้าในสิบของประชากร

the existence of private property for the few is solely due to its non-existence in the hands of nine-tenths of the population

การดำรงอยู่ของทรัพย์สินส่วนตัวสำหรับคนไม่กี่คนนั้นเกิดจากกา

รไม่มีอยู่ในมือของประชากรเก้าในสิบ

You reproach us, therefore, with intending to do away with a form of property

ดังนั้นท่านจึงตำหนิเราด้วยเจตนาที่จะกำจัดทรัพย์สินรูปแบบหนึ่ง

but private property necessitates the non-existence of any property for the immense majority of society

แต่ทรัพย์สินส่วนตัวจำเป็นต้องมีทรัพย์สินใด ๆ

สำหรับสังคมส่วนใหญ่

In one word, you reproach us with intending to do away with your property

พูดได้คำเดียวคุณตำหนิเราว่าตั้งใจจะกำจัดทรัพย์สินของคุณ

And it is precisely so; doing away with your Property is just what we intend

และมันเป็นอย่างนั้น

การกำจัดทรัพย์สินของคุณเป็นเพียงสิ่งที่เราตั้งใจไว้

From the moment when labour can no longer be converted into capital, money, or rent

ตั้งแต่ช่วงเวลาที่แรงงานไม่สามารถเปลี่ยนเป็นทุน เงิน หรือค่าเช่าได้อีกต่อไป

when labour can no longer be converted into a social power capable of being monopolised

เมื่อแรงงานไม่สามารถเปลี่ยนเป็นอำนาจทางสังคมที่สามารถผูกขาดได้อีกต่อไป

from the moment when individual property can no longer be transformed into Bourgeoisie property

จากช่วงเวลาที่ทรัพย์สินส่วนบุคคลไม่สามารถเปลี่ยนเป็นทรัพย์สินของชนชั้นกลางได้อีกต่อไป

from the moment when individual property can no longer be transformed into capital

ตั้งแต่ช่วงเวลาที่ทรัพย์สินส่วนบุคคลไม่สามารถเปลี่ยนเป็นทุนได้อีกต่อไป

from that moment, you say individuality vanishes

จากช่วงเวลานั้น คุณบอกว่าความเป็นปัจเจกบุคคลหายไป

You must, therefore, confess that by "individual" you mean no other person than the Bourgeoisie

ดังนั้นคุณต้องสารภาพว่าคำว่า "ปัจเจกบุคคล"

คุณไม่ได้หมายถึงบุคคลอื่นนอกจากชนชั้นนายทุน

you must confess it specifically refers to the middle-class owner of property

คุณต้องสารภาพว่ามันหมายถึงเจ้าของทรัพย์สินชนชั้นกลางโดยเฉ

พาะ

This person must, indeed, be swept out of the way, and made impossible

บุคคลนี้ต้องถูกกวาดล้างให้พ้นทางและทำให้เป็นไปไม่ได้

Communism deprives no man of the power to appropriate the products of society

ลัทธิคอมมิวนิสต์ไม่กีดกันอำนาจในการยึดครองผลิตภัณฑ์ของสัง

คม

all that Communism does is to deprive him of the power to subjugate the labour of others by means of such appropriation

ทั้งหมดที่ลัทธิคอมมิวนิสต์ทำคือการกีดกันอำนาจของเขาในการป

ราบปรามแรงงานของผู้อื่นด้วยการจัดสรรดังกล่าว

It has been objected that upon the abolition of private property all work will cease

มีการคัดค้านว่าเมื่อมีการยกเลิกทรัพย์สินส่วนตัวงานทั้งหมดจะหยุ

ดลง

and it is then suggested that universal laziness will overtake us

และจากนั้นก็แนะนำว่าความเกียจคร้านสากลจะครอบงำเรา

According to this, Bourgeoisie society ought long ago to have gone to the dogs through sheer idleness

ด้วยเหตุนี้สังคมชนชั้นกลางควรจะไปหาสุนัขด้วยความเกียจคร้าน
อย่างแท้จริงเมื่อนานมาแล้ว

because those of its members who work, acquire nothing
เพราะสมาชิกที่ทำงานไม่ได้รับอะไรเลย

and those of its members who acquire anything, do not work
และสมาชิกที่ได้มาอย่างใดก็ไม่ทำงาน

The whole of this objection is but another expression of the tautology
การคัดค้านทั้งหมดนี้เป็นเพียงการแสดงออกอีกอย่างหนึ่งของคำพู
ด

there can no longer be any wage-labour when there is no longer any capital
จะไม่มีแรงงานค่าจ้างอีกต่อไปเมื่อไม่มีทุนอีกต่อไป

there is no difference between material products and mental products
ไม่มีความแตกต่างระหว่างผลิตภัณฑ์วัสดุและผลิตภัณฑ์ทางจิต

communism proposes both of these are produced in the same way
ลัทธิคอมมิวนิสต์เสนอทั้งสองสิ่งนี้ผลิตขึ้นในลักษณะเดียวกัน

but the objections against the Communistic modes of producing these are the same
แต่การคัดค้านรูปแบบคอมมิวนิสต์ในการผลิตสิ่งเหล่านี้ก็เหมือนกั
น

to the Bourgeoisie the disappearance of class property is the disappearance of production itself
สำหรับชนชั้นนายทุนการหายไปของทรัพย์สินทางชนชั้นคือการห
ายไปของการผลิตเอง

so the disappearance of class culture is to him identical with the disappearance of all culture

ดังนั้นการหายไปของวัฒนธรรมชนชั้นจึงเหมือนกับการหายไปขอ
งวัฒนธรรมทั้งหมด

**That culture, the loss of which he laments, is for the
enormous majority a mere training to act as a machine**

วัฒนธรรมนั้นการสูญเสียที่เขาคร่ำครวญสำหรับคนส่วนใหญ่เป็นเ
พียงการฝึกฝนให้ทำหน้าที่เป็นเครื่องจักร

**Communists very much intend to abolish the culture of
Bourgeoisie property**

คอมมิวนิสต์ตั้งใจที่จะยกเลิกวัฒนธรรมของทรัพย์สินของชนชั้นน
ายทุน

**But don't wrangle with us so long as you apply the standard
of your Bourgeoisie notions of freedom, culture, law, etc**

แต่อย่าทะเลาะกับเราตราบใดที่คุณใช้มาตรฐานของแนวคิดของช
นชั้นนายทุนของคุณเกี่ยวกับเสรีภาพ วัฒนธรรม กฎหมาย ฯลฯ

**Your very ideas are but the outgrowth of the conditions of
your Bourgeoisie production and Bourgeoisie property**

ความคิดของคุณเป็นเพียงผลพวงของเงื่อนไขการผลิตชนชั้นนายทุ
นและทรัพย์สินของชนชั้นนายทุนของคุณ

**just as your jurisprudence is but the will of your class made
into a law for all**

เช่นเดียวกับนิติศาสตร์ของคุณเป็นเพียงเจตจำนงของชนชั้นของคุ
ณที่สร้างเป็นกฎหมายสำหรับทุกคน

**the essential character and direction of this will are
determined by the economical conditions your social class
create**

ลักษณะและทิศทางที่สำคัญของสิ่งนี้จะถูกกำหนดโดยสภาพเศรษ
ฐกิจที่ชนชั้นทางสังคมของคุณสร้างขึ้น

The selfish misconception that induces you to transform social forms into eternal laws of nature and of reason

ความเข้าใจผิดที่เห็นแก่ตัวที่ชักจูงให้คุณเปลี่ยนรูปแบบทางสังคมให้เป็นกฎนิรันดร์ของธรรมชาติและเหตุผล

the social forms springing from your present mode of production and form of property

รูปแบบทางสังคมที่ผุดขึ้นจากรูปแบบการผลิตและรูปแบบของทรัพย์สินในปัจจุบันของคุณ

historical relations that rise and disappear in the progress of production

ความสัมพันธ์ทางประวัติศาสตร์ที่เพิ่มขึ้นและหายไปในความก้าวหน้าของการผลิต

this misconception you share with every ruling class that has preceded you

ความเข้าใจผิดนี้ที่คุณแบ่งปันกับชนชั้นปกครองทุกคนที่มาก่อนหน้าคุณ

What you see clearly in the case of ancient property, what you admit in the case of feudal property

สิ่งที่คุณเห็นอย่างชัดเจนในกรณีของทรัพย์สินโบราณสิ่งที่คุณยอมรับในกรณีของทรัพย์สินศักดินา

these things you are of course forbidden to admit in the case of your own Bourgeoisie form of property

แน่นอนว่าสิ่งเหล่านี้คุณถูกห้ามไม่ให้ยอมรับในกรณีของทรัพย์สินรูปแบบชนชั้นนายทุนของคุณเอง

Abolition of the family! Even the most radical flare up at this infamous proposal of the Communists

การเลิกครอบครัว!

แม้แต่ความรุนแรงที่สุดก็ลุกเป็นไฟกับข้อเสนอที่น่าอับอายของคอมมิวนิสต์

On what foundation is the present family, the Bourgeoisie family, based?

ครอบครัวปัจจุบันครอบครัวชนชั้นกลางตั้งอยู่บนรากฐานอะไร?

the foundation of the present family is based on capital and private gain

รากฐานของครอบครัวปัจจุบันขึ้นอยู่กับเงินทุนและผลประโยชน์ส่วนตัว

In its completely developed form this family exists only among the Bourgeoisie

ในรูปแบบที่พัฒนาอย่างสมบูรณ์ตระกูลนี้มีอยู่เฉพาะในหมู่ชนชั้นนายทุนเท่านั้น

this state of things finds its complement in the practical absence of the family among the proletarians

สภาวะของสิ่งต่าง ๆ

นี้พบส่วนเสริมในการขาดครอบครัวในทางปฏิบัติในหมู่ชนชั้นกรรมาชีพ

this state of things can be found in public prostitution

สภาพของสิ่งต่าง ๆ

นี้สามารถพบได้ในการค้าประเวณีในที่สาธารณะ

The Bourgeoisie family will vanish as a matter of course when its complement vanishes

ตระกูลชนชั้นกลางจะหายไปอย่างแน่นอนเมื่อส่วนเสริมของมันหายไป

and both of these will will vanish with the vanishing of capital

และทั้งสองนี้จะหายไปพร้อมกับการหายไปของทุน

Do you charge us with wanting to stop the exploitation of children by their parents?

คุณกล่าวหาเราว่าต้องการหยุดการแสวงหาประโยชน์จากเด็กโดยพ่อแม่ของพวกเขาหรือไม่?

To this crime we plead guilty

เราสารภาพว่ามีความผิด

But, you will say, we destroy the most hallowed of relations, when we replace home education by social education

แต่คุณจะบอกว่าเราทำลายความสัมพันธ์ที่ศักดิ์สิทธิ์ที่สุดเมื่อเราแทนที่การศึกษาที่บ้านด้วยสังคมศึกษา

is your education not also social? And is it not determined by the social conditions under which you educate?

การศึกษาของคุณไม่ได้สังคมด้วยหรือ?

และมันไม่ได้ถูกกำหนดโดยสภาพสังคมที่คุณให้การศึกษาหรือ?

by the intervention, direct or indirect, of society, by means of schools, etc.

โดยการแทรกแซงไม่ว่าทางตรงหรือทางอ้อมของสังคมโดยโรงเรียน ฯลฯ

The Communists have not invented the intervention of society in education

คอมมิวนิสต์ไม่ได้คิดค้นการแทรกแซงของสังคมในการศึกษา

they do but seek to alter the character of that intervention

พวกเขาทำแต่พยายามเปลี่ยนลักษณะของการแทรกแซงนั้น

and they seek to rescue education from the influence of the ruling class

และพวกเขาพยายามช่วยเหลือการศึกษาจากอิทธิพลของชนชั้นปกครอง

The Bourgeoisie talk of the hallowed co-relation of parent and child

ชนชั้นนายทุนพูดถึงความสัมพันธ์อันศักดิ์สิทธิ์ของพ่อแม่และลูก

but this clap-trap about the family and education becomes all the more disgusting when we look at Modern Industry

แต่กับดักปรบมือเกี่ยวกับครอบครัวและการศึกษานี้น่าขยะแขยงมากขึ้นเมื่อเรามองไปที่อุตสาหกรรมสมัยใหม่

all family ties among the proletarians are torn asunder by modern industry

ความสัมพันธ์ในครอบครัวทั้งหมดในหมู่ชนชั้นกรรมาชีพถูกฉีกขาดโดยอุตสาหกรรมสมัยใหม่

their children are transformed into simple articles of commerce and instruments of labour

ลูก ๆ

ของพวกเขาถูกเปลี่ยนเป็นสินค้าพาณิชย์และเครื่องมือแรงงานธรรมดา

But you Communists would create a community of women, screams the whole Bourgeoisie in chorus

แต่พวกคุณคอมมิวนิสต์จะสร้างชุมชนของผู้หญิง

กรีดร้องชนชั้นนายทุนทั้งหมดเป็นเสียงประสานเสียง

The Bourgeoisie sees in his wife a mere instrument of production

ชนชั้นนายทุนมองว่าภรรยาของเขาเป็นเพียงเครื่องมือในการผลิต

He hears that the instruments of production are to be exploited by all

เขาได้ยินว่าเครื่องมือในการผลิตจะถูกเอารัดเอาเปรียบโดยทุกคน

and, naturally, he can come to no other conclusion than that the lot of being common to all will likewise fall to women

และโดยธรรมชาติแล้วเขาไม่สามารถสรุปได้อื่นใดนอกจากว่าการเ

ป็นธรรมดาของทุกคนจะตกอยู่กับผู้หญิงเช่นเดียวกัน

He has not even a suspicion that the real point is to do away with the status of women as mere instruments of production

เขาไม่สงสัยด้วยซ้ำว่าประเด็นที่แท้จริงคือการกำจัดสถานะของผู้ห

ญิงเป็นเพียงเครื่องมือในการผลิต

For the rest, nothing is more ridiculous than the virtuous indignation of our Bourgeoisie at the community of women

ส่วนที่เหลือไม่มีอะไรไร้สาระไปกว่าความโกรธเคืองอันดีงามของ

ชนชั้นนายทุนของเราที่มีต่อชุมชนสตรี

they pretend it is to be openly and officially established by the Communists

พวกเขาแสร้งทำเป็นว่ามันถูกจัดตั้งขึ้นอย่างเปิดเผยและเป็นทางกา

รโดยคอมมิวนิสต์

The Communists have no need to introduce community of women, it has existed almost from time immemorial

คอมมิวนิสต์ไม่จำเป็นต้องแนะนำชุมชนของผู้หญิง

แต่มีมาเกือบตั้งแต่สมัยโบราณ

Our Bourgeoisie are not content with having the wives and daughters of their proletarians at their disposal

ชนชั้นนายทุนของเราไม่พอใจกับการมีภรรยาและลูกสาวของชนชั้

นกรรมาชีพอยู่ในมือของพวกเขา

they take the greatest pleasure in seducing each other's wives

พวกเขามีความสุขที่สุดในการเกลี้ยกล่อมภรรยาของกันและกัน

and that is not even to speak of common prostitutes

และนั่นไม่ได้พูดถึงโสเภณีทั่วไป

Bourgeoisie marriage is in reality a system of wives in common

การแต่งงานของชนชั้นกลางในความเป็นจริงเป็นระบบของภรรยา
ทั่วไป

then there is one thing that the Communists might possibly be reproached with

แล้วมีสิ่งหนึ่งที่คอมมิวนิสต์อาจถูกตำหนิ

they desire to introduce an openly legalised community of women

พวกเขาปรารถนาที่จะแนะนำชุมชนสตรีที่ถูกกฎหมายอย่างเปิดเผ
ย

rather than a hypocritically concealed community of women

แทนที่จะเป็นชุมชนผู้หญิงที่ปกปิดอย่างหน้าซื่อใจคด

the community of women springing from the system of production

ชุมชนสตรีที่ผุดขึ้นมาจากระบบการผลิต

abolish the system of production, and you abolish the community of women

ยกเลิกระบบการผลิต และคุณยกเลิกชุมชนสตรี

both public prostitution is abolished, and private prostitution

ทั้งการค้าประเวณีในที่สาธารณะถูกยกเลิกและการค้าประเวณีส่วน
ตัว

The Communists are further more reproached with desiring to abolish countries and nationality

คอมมิวนิสต์ถูกตำหนิมากขึ้นด้วยความปรารถนาที่จะยกเลิกประเ
ทศและสัญชาติ

The working men have no country, so we cannot take from them what they have not got

คนทำงานไม่มีประเทศ

ดังนั้นเราจึงไม่สามารถพรากสิ่งที่พวกเขาไม่มีจากพวกเขาได้

the proletariat must first of all acquire political supremacy

ชนชั้นกรรมาชีพต้องได้รับอำนาจสูงสุดทางการเมืองก่อนอื่น

the proletariat must rise to be the leading class of the nation

ชนชั้นกรรมาชีพต้องลุกขึ้นเป็นชนชั้นผู้นำของประเทศ

the proletariat must constitute itself the nation

ชนชั้นกรรมาชีพต้องประกอบขึ้นเป็นชาติ

it is, so far, itself national, though not in the Bourgeoisie sense of the word

จนถึงตอนนี้มันเป็นระดับชาติ

แม้ว่าจะไม่ใช่ในความหมายของชนชั้นนายทุนของคำนี้

National differences and antagonisms between peoples are daily more and more vanishing

ความแตกต่างของชาติและความเป็นปฏิปักษ์ระหว่างชนชาติหายไ

ปทุกวัน

owing to the development of the Bourgeoisie, to freedom of commerce, to the world-market

เนื่องจากการพัฒนาของชนชั้นนายทุน เสรีภาพในการค้า

สู่ตลาดโลก

to uniformity in the mode of production and in the conditions of life corresponding thereto

เพื่อความสม่ำเสมอในรูปแบบการผลิตและในสภาพชีวิตที่สอดคล้

องกัน

The supremacy of the proletariat will cause them to vanish still faster

อำนาจสูงสุดของชนชั้นกรรมาชีพจะทำให้พวกเขาหายไปเร็วขึ้น

United action, of the leading civilised countries at least, is one of the first conditions for the emancipation of the proletariat

การกระทำที่เป็นเอกภาพของประเทศอารยธรรมชั้นนำอย่างน้อยก็เ

ป็นหนึ่งในเงื่อนไขแรกสำหรับการปลดปล่อยชนชั้นกรรมาชีพ

In proportion as the exploitation of one individual by another is put an end to, the exploitation of one nation by another will also be put an end to

ในสัดส่วนการเอารัดเอาเปรียบบุคคลหนึ่งโดยอีกคนหนึ่งถูกยุติลง

การแสวงหาผลประโยชน์ของประเทศหนึ่งโดยอีกประเทศหนึ่งก็จ

ะยุติลงเช่นกัน

In proportion as the antagonism between classes within the nation vanishes, the hostility of one nation to another will come to an end

ตามสัดส่วนเมื่อความเป็นปฏิปักษ์ระหว่างชนชั้นภายในประเทศห

ายไปความเป็นปรปักษ์ของประเทศหนึ่งต่ออีกประเทศหนึ่งจะสิ้น

สุดลง

The charges against Communism made from a religious, a philosophical, and, generally, from an ideological standpoint, are not deserving of serious examination

ข้อกล่าวหาต่อลัทธิคอมมิวนิสต์ที่เกิดจากศาสนา ปรัชญา

และโดยทั่วไปจากมุมมองทางอุดมการณ์

ไม่สมควรได้รับการตรวจสอบอย่างจริงจัง

Does it require deep intuition to comprehend that man's ideas, views and conceptions changes with every change in the conditions of his material existence?

ต้องใช้สัญชาตญาณที่ลึกซึ้งในการเข้าใจว่าความคิด มุมมอง

และแนวคิดของมนุษย์เปลี่ยนแปลงไปตามการเปลี่ยนแปลงทุกครั้

งในเงื่อนไขของการดำรงอยู่ทางวัตถุของเขา?

is it not obvious that man's consciousness changes when his social relations and his social life changes?

ไม่ชัดเจนหรือว่าจิตสำนึกของมนุษย์เปลี่ยนไปเมื่อความสัมพันธ์ท

างสังคมและชีวิตทางสังคมของเขาเปลี่ยนไป?

What else does the history of ideas prove, than that intellectual production changes its character in proportion as material production is changed?

ประวัติศาสตร์ของความคิดพิสูจน์อะไรอีกนอกเหนือจากการผลิต

ทางปัญญาที่เปลี่ยนลักษณะตามสัดส่วนเมื่อการผลิตวัสดุเปลี่ยนไ

ป

The ruling ideas of each age have ever been the ideas of its ruling class

แนวคิดการปกครองของแต่ละยุคเคยเป็นความคิดของชนชั้นปกคร

อง

When people speak of ideas that revolutionise society, they do but express one fact

เมื่อผู้คนพูดถึงแนวคิดที่ปฏิวัติสังคม

within the old society, the elements of a new one have been created

ภายในสังคมเก่าองค์ประกอบของสังคมใหม่ได้ถูกสร้างขึ้น

and that the dissolution of the old ideas keeps even pace with the dissolution of the old conditions of existence

และการสลายตัวของความคิดเก่า ๆ

นั้นสอดคล้องกับการสลายตัวของเงื่อนไขการดำรงอยู่แบบเก่า

When the ancient world was in its last throes, the ancient religions were overcome by Christianity

เมื่อโลกโบราณอยู่ในความเจ็บปวดครั้งสุดท้ายศาสนาโบราณถูกค

รอบงำโดยศาสนาคริสต์

When Christian ideas succumbed in the 18th century to rationalist ideas, feudal society fought its death battle with the then revolutionary Bourgeoisie

เมื่อความคิดของคริสเตียนยอมจำนนต่อแนวคิดที่มีเหตุผลนิยมใน

ศตวรรษที่ 18

สังคมศักดินาต่อสู้กับชนชั้นนายทุนที่ปฏิวัติในขณะนั้น

The ideas of religious liberty and freedom of conscience merely gave expression to the sway of free competition within the domain of knowledge

แนวคิดเรื่องเสรีภาพทางศาสนาและเสรีภาพของมโนธรรมเป็นเพีย

งการแสดงออกถึงอิทธิพลของการแข่งขันอย่างเสรีภายในขอบเขต

ของความรู้

"Undoubtedly," it will be said, "religious, moral, philosophical and juridical ideas have been modified in the course of historical development"

"ไม่ต้องสงสัยเลย" จะกล่าวได้ว่า "แนวคิดทางศาสนา ศีลธรรม

ปรัชญา

และนิติศาสตร์ได้รับการแก้ไขในหลักสูตรของการพัฒนาทางประ

วัติศาสตร์"

"But religion, morality philosophy, political science, and law, constantly survived this change"

"แต่ศาสนา ปรัชญาศีลธรรม รัฐศาสตร์ และกฎหมาย

รอดชีวิตจากการเปลี่ยนแปลงนี้อย่างต่อเนื่อง"

"There are also eternal truths, such as Freedom, Justice, etc"

"นอกจากนี้ยังมีความจริงนิรันดร์ เช่น เสรีภาพ ความยุติธรรม ฯลฯ"

"these eternal truths are common to all states of society"

"ความจริงนิรันดร์เหล่านี้เป็นเรื่องธรรมดาในทุกสภาวะของสังคม
"

"But Communism abolishes eternal truths, it abolishes all religion, and all morality"

"แต่ลัทธิคอมมิวนิสต์ยกเลิกความจริงนิรันดร์ มันยกเลิกศาสนาทั้งหมดและศีลธรรมทั้งหมด"

"it does this instead of constituting them on a new basis"

"มันทำเช่นนี้แทนที่จะจัดตั้งขึ้นบนพื้นฐานใหม่"

"it therefore acts in contradiction to all past historical experience"

"ดังนั้นจึงกระทำหน้าที่ขัดแย้งกับประสบการณ์ทางประวัติศาสตร์ ในอดีตทั้งหมด"

What does this accusation reduce itself to?

ข้อกล่าวหานี้ลดทอนตัวเองลงเป็นอะไร?

The history of all past society has consisted in the development of class antagonisms

ประวัติศาสตร์ของสังคมในอดีตทั้งหมดประกอบด้วยการพัฒนาค วามเป็นปฏิปักษ์ทางชนชั้น

antagonisms that assumed different forms at different epochs

ปฏิปักษ์ที่สมมติว่ารูปแบบที่แตกต่างกันในยุคต่างๆ

But whatever form they may have taken, one fact is common to all past ages

แต่ไม่ว่าพวกเขาจะอยู่ในรูปแบบใดก็ตามข้อเท็จจริงหนึ่งเป็นเรื่อง
ธรรมดาสำหรับทุกยุคที่ผ่านมา

the exploitation of one part of society by the other
การแสวงหาประโยชน์จากส่วนหนึ่งของสังคมโดยอีกส่วนหนึ่ง

No wonder, then, that the social consciousness of past ages
moves within certain common forms, or general ideas
จึงไม่น่าแปลกใจเลยที่จิตสำนึกทางสังคมของยุคที่ผ่านมาเคลื่อนไ
หวภายในรูปแบบทั่วไปหรือแนวคิดทั่วไป

(and that is despite all the multiplicity and variety it
displays)
(และนั่นแม้จะมีความหลากหลายและความหลากหลายที่แสดง)

and these cannot completely vanish except with the total
disappearance of class antagonisms
และสิ่งเหล่านี้ไม่สามารถหายไปได้อย่างสมบูรณ์เว้นแต่การหายไ
ปโดยสิ้นเชิงของความเป็นปฏิปักษ์ทางชนชั้น

The Communist revolution is the most radical rupture with
traditional property relations
การปฏิวัติคอมมิวนิสต์เป็นการแตกร้าวที่รุนแรงที่สุดกับความสัม
พันธ์ด้านทรัพย์สินแบบดั้งเดิม

no wonder that its development involves the most radical
rupture with traditional ideas
ไม่น่าแปลกใจเลยที่การพัฒนาเกี่ยวข้องกับการแตกแยกที่รุนแรงที่
สุดกับแนวคิดดั้งเดิม

But let us have done with the Bourgeoisie objections to
Communism
แต่ให้เราทำกับการคัดค้านของชนชั้นนายทุนต่อลัทธิคอมมิวนิสต์

We have seen above the first step in the revolution by the
working class

เราได้เห็นก้าวแรกในการปฏิวัติโดยชนชั้นแรงงานข้างต้น

proletariat has to be raised to the position of ruling, to win the battle of democracy

ชนชั้นกรรมาชีพต้องได้รับการยกระดับให้อยู่ในตำแหน่งปกครอง เพื่อชนะการต่อสู้ของประชาธิปไตย

The proletariat will use its political supremacy to wrest, by degrees, all capital from the Bourgeoisie

ชนชั้นกรรมาชีพจะใช้อำนาจสูงสุดทางการเมืองเพื่อแย่งชิงทุนทั้งหมดจากชนชั้นนายทุนทีละระดับ

it will centralise all instruments of production in the hands of the State

จะรวมศูนย์เครื่องมือการผลิตทั้งหมดไว้ในมือของรัฐ

in other words, the proletariat organised as the ruling class

กล่าวอีกนัยหนึ่งคือชนชั้นกรรมาชีพจัดตั้งขึ้นเป็นชนชั้นปกครอง

and it will increase the total of productive forces as rapidly as possible

และจะเพิ่มกำลังการผลิตทั้งหมดให้เร็วที่สุด

Of course, in the beginning, this cannot be effected except by means of despotic inroads on the rights of property

แน่นอนว่าในตอนแรกสิ่งนี้ไม่สามารถเกิดขึ้นได้เว้นแต่โดยการบุกรุกอย่างเผด็จการต่อสิทธิในทรัพย์สิน

and it has to be achieved on the conditions of Bourgeoisie production

และต้องบรรลุตามเงื่อนไขของการผลิตชนชั้นนายทุน

it is achieved by means of measures, therefore, which appear economically insufficient and untenable

มันทำได้โดยใช้มาตรการซึ่งดูเหมือนไม่เพียงพอทางเศรษฐกิจและไม่สามารถรักษาได้

but these means, in the course of the movement, outstrip themselves

แต่วิธีการเหล่านี้ในระหว่างการเคลื่อนไหวนั้นแซงหน้าตัวเอง

they necessitate further inroads upon the old social order

พวกเขาจำเป็นต้องมีการรุกรานต่อระเบียบสังคมแบบเก่า

and they are unavoidable as a means of entirely revolutionising the mode of production

และหลีกเลี่ยงไม่ได้ในฐานะวิธีการปฏิวัติรูปแบบการผลิตทั้งหมด

These measures will of course be different in different countries

แน่นอนว่ามาตรการเหล่านี้จะแตกต่างกันในแต่ละประเทศ

Nevertheless in the most advanced countries, the following will be pretty generally applicable

อย่างไรก็ตามในประเทศที่ก้าวหน้าที่สุดสิ่งต่อไปนี้จะค่อนข้างใช้ได้โดยทั่วไป

1. Abolition of property in land and application of all rents of land to public purposes.

1.

การยกเลิกทรัพย์สินในที่ดินและการใช้ค่าเช่าที่ดินทั้งหมดเพื่อวัตถุประสงค์สาธารณะ

2. A heavy progressive or graduated income tax.

2. ภาษีเงินได้แบบก้าวหน้าหรือสำเร็จการศึกษาจำนวนมาก

3. Abolition of all right of inheritance.

3. การยกเลิกสิทธิมรดกทั้งหมด

4. Confiscation of the property of all emigrants and rebels.

4. การยึดทรัพย์สินของผู้อพยพและกบฏทั้งหมด

5. Centralisation of credit in the hands of the State, by means of a national bank with State capital and an exclusive monopoly.

5.

การรวมศูนย์สินเชื่อในมือของรัฐโดยใช้ธนาคารแห่งชาติที่มีทุนของรัฐและการผูกขาดแต่เพียงผู้เดียว

6. Centralisation of the means of communication and transport in the hands of the State.

6. การรวมศูนย์ของวิธีการสื่อสารและการขนส่งอยู่ในมือของรัฐ

7. Extension of factories and instruments of production owned by the State

7. การขยายโรงงานและเครื่องมือการผลิตของรัฐ

the bringing into cultivation of waste-lands, and the improvement of the soil generally in accordance with a common plan.

การนำพื้นที่รกร้างว่างเปล่ามาเพาะปลูก

และการปรับปรุงดินโดยทั่วไปตามแผนร่วมกัน

8. Equal liability of all to labour

8. ความรับผิดเท่าเทียมกันของทุกคนต่อแรงงาน

Establishment of industrial armies, especially for agriculture.

การจัดตั้งกองทัพอุตสาหกรรมโดยเฉพาะเพื่อการเกษตร

9. Combination of agriculture with manufacturing industries

9. การผสมผสานระหว่างการเกษตรกับอุตสาหกรรมการผลิต

gradual abolition of the distinction between town and country, by a more equable distribution of the population over the country.

การยกเลิกความแตกต่างระหว่างเมืองและชนบทอย่างค่อยเป็นค่อย

ไป โดยการกระจายประชากรทั่วประเทศที่เท่าเทียมกันมากขึ้น

10. Free education for all children in public schools.

10. การศึกษาฟรีสำหรับเด็กทุกคนในโรงเรียนของรัฐ

Abolition of children's factory labour in its present form

การเลิกใช้แรงงานในโรงงานของเด็กในรูปแบบปัจจุบัน

Combination of education with industrial production

การผสมผสานระหว่างการศึกษากับการผลิตทางอุตสาหกรรม

When, in the course of development, class distinctions have disappeared

เมื่อในระหว่างการพัฒนาความแตกต่างทางชนชั้นหายไป

and when all production has been concentrated in the hands of a vast association of the whole nation

และเมื่อการผลิตทั้งหมดกระจุกตัวอยู่ในมือของสมาคมขนาดใหญ่ของทั้งประเทศ

then the public power will lose its political character

แล้วอำนาจสาธารณะจะสูญเสียลักษณะทางการเมือง

Political power, properly so called, is merely the organised power of one class for oppressing another

อำนาจทางการเมืองที่เรียกว่าอย่างถูกต้องเป็นเพียงอำนาจที่จัดระเบียบของชนชั้นหนึ่งเพื่อกดขี่อีกชนชั้นหนึ่ง

If the proletariat during its contest with the Bourgeoisie is compelled, by the force of circumstances, to organise itself as a class

หากชนชั้นกรรมาชีพในระหว่างการแข่งขันกับชนชั้นนายทุนถูกบังคับให้จัดระเบียบตัวเองเป็นชนชั้นโดยพลังของสถานการณ์

if, by means of a revolution, it makes itself the ruling class

หากโดยการปฏิวัติทำให้ตัวเองเป็นชนชั้นปกครอง

and, as such, it sweeps away by force the old conditions of production

และด้วยเหตุนี้จึงกวาดล้างเงื่อนไขการผลิตแบบเก่าออกไปด้วยกำลัง

then it will, along with these conditions, have swept away the conditions for the existence of class antagonisms and of classes generally

จากนั้นมันจะพร้อมกับเงื่อนไขเหล่านี้ได้กวาดล้างเงื่อนไขสำหรับการดำรงอยู่ของความเป็นปฏิปักษ์ทางชนชั้นและของชนชั้นโดยทั่วไป

and will thereby have abolished its own supremacy as a class.

และด้วยเหตุนี้จึงจะยกเลิกอำนาจสูงสุดของตนเองในฐานะชนชั้น

In place of the old Bourgeoisie society, with its classes and class antagonisms, we shall have an association

แทนที่สังคมชนชั้นนายทุนแบบเก่าที่มีชนชั้นและความเป็นปฏิปักษ์ทางชนชั้นเราจะมีสมาคม

an association in which the free development of each is the condition for the free development of all

สมาคมที่การพัฒนาอย่างเสรีของแต่ละคนเป็นเงื่อนไขสำหรับการพัฒนาอย่างเสรีของทุกคน

1) Reactionary Socialism
1) สังคมนิยมปฏิกิริยา

a) Feudal Socialism
ก) สังคมนิยมศักดินา

the aristocracies of France and England had a unique historical position
ขุนนางของฝรั่งเศสและอังกฤษมีตำแหน่งทางประวัติศาสตร์ที่ไม่เหมือนใคร

it became their vocation to write pamphlets against modern Bourgeoisie society
มันกลายเป็นอาชีพของพวกเขาในการเขียนแผ่นพับต่อต้านสังคมชนชั้นนายทุนสมัยใหม่

In the French revolution of July 1830, and in the English reform agitation
ในการปฏิวัติฝรั่งเศสในเดือนกรกฎาคม พ.ศ. 2373

และการปลุกปั่นการปฏิรูปอังกฤษ

these aristocracies again succumbed to the hateful upstart
ขุนนางเหล่านี้ยอมจำนนต่อผู้เริ่มต้นที่น่าเกลียดชังอีกครั้ง

Thenceforth, a serious political contest was altogether out of the question
จากนั้นการแข่งขันทางการเมืองที่จริงจังก็เป็นไปไม่ได้เลย

All that remained possible was literary battle, not an actual battle
สิ่งที่เป็นไปได้คือการต่อสู้ทางวรรณกรรม ไม่ใช่การต่อสู้จริง

But even in the domain of literature the old cries of the restoration period had become impossible

แต่แม้ในขอบเขตของวรรณกรรมเสียงร้องเก่าของยุคฟื้นฟูก็เป็นไปไม่ได้

In order to arouse sympathy, the aristocracy were obliged to lose sight, apparently, of their own interests

เพื่อกระตุ้นความเห็นอกเห็นใจชนชั้นสูงจำเป็นต้องมองไม่เห็นผลประโยชน์ของตนเอง

and they were obliged to formulate their indictment against the Bourgeoisie in the interest of the exploited working class

และพวกเขาจำเป็นต้องกำหนดคำฟ้องต่อชนชั้นนายทุนเพื่อผลประโยชน์ของชนชั้นแรงงานที่ถูกเอารัดเอาเปรียบ

Thus the aristocracy took their revenge by singing lampoons on their new master

ดังนั้นขุนนางจึงแก้แค้นด้วยการร้องเพลงโหยหยามเจ้านายคนใหม่ของพวกเขา

and they took their revenge by whispering in his ears sinister prophecies of coming catastrophe

และพวกเขาแก้แค้นด้วยการกระซิบในหูของเขาถึงคำทำนายที่น่ากลัวเกี่ยวกับหายนะที่กำลังจะมาถึง

In this way arose Feudal Socialism: half lamentation, half lampoon

ด้วยวิธีนี้สังคมนิยมศักดินาจึงเกิดขึ้น: ครึ่งคร่ำครวญครึ่งหนึ่ง

it rung as half echo of the past, and projected half menace of the future

มันดังก้องเป็นเสียงสะท้อนครึ่งหนึ่งของอดีต

และฉายภาพครึ่งหนึ่งของภัยคุกคามในอนาคต

at times, by its bitter, witty and incisive criticism, it struck the Bourgeoisie to the very heart's core

บางครั้งด้วยการวิพากษ์วิจารณ์ที่ขมขื่นไหวพริบและเฉียบแหลมมั
นกระทบชนชั้นนายทุนถึงแก่นแท้ของหัวใจ

but it was always ludicrous in its effect, through total incapacity to comprehend the march of modern history

แต่มันก็ไร้สาระเสมอในผลของมัน

ผ่านการไร้ความสามารถโดยสิ้นเชิงในการเข้าใจการเดินขบวนขอ
งประวัติศาสตร์สมัยใหม่

The aristocracy, in order to rally the people to them, waved the proletarian alms-bag in front for a banner

ขุนนางเพื่อรวบรวมประชาชนให้พวกเขาโบกถุงบิณฑบาตของชน
ชั้นกรรมาชีพไว้ด้านหน้าเพื่อขอธง

But the people, so often as it joined them, saw on their hindquarters the old feudal coats of arms

แต่ผู้คนมักจะเห็นเสื้อคลุมแขนศักดินาเก่าที่ส่วนหลังของพวกเขา

and they deserted with loud and irreverent laughter

และพวกเขาก็ละทิ้งไปด้วยเสียงหัวเราะที่ดังและไม่เคารพ

One section of the French Legitimists and "Young England" exhibited this spectacle

ส่วนหนึ่งของนักความชอบธรรมของฝรั่งเศสและ "Young England" แสดงปรากฏการณ์นี้

the feudalists pointed out that their mode of exploitation was different to that of the Bourgeoisie

ศักดินาชี้ให้เห็นว่ารูปแบบการเอารัดเอาเปรียบของพวกเขาแตกต่า
งจากชนชั้นนายทุน

the feudalists forget that they exploited under circumstances and conditions that were quite different

ศักดินาลืมไปว่าพวกเขาเอารัดเอาเปรียบภายใต้สถานการณ์และเงื่อนไขที่ค่อนข้างแตกต่างกัน

and they didn't notice such methods of exploitation are now antiquated

และพวกเขาไม่ได้สังเกตเห็นว่าวิธีการแสวงหาผลประโยชน์ดังกล่าวล้าสมัยแล้ว

they showed that, under their rule, the modern proletariat never existed

พวกเขาแสดงให้เห็นว่าภายใต้การปกครองของพวกเขาชนชั้นกรรมาชีพสมัยใหม่ไม่เคยมีอยู่จริง

but they forget that the modern Bourgeoisie is the necessary offspring of their own form of society

แต่พวกเขาลืมไปว่าชนชั้นนายทุนสมัยใหม่เป็นลูกหลานที่จำเป็นของรูปแบบสังคมของพวกเขาเอง

For the rest, they hardly conceal the reactionary character of their criticism

ส่วนที่เหลือพวกเขาแทบจะไม่ปกปิดลักษณะปฏิกิริยาของการวิพากษ์วิจารณ์ของพวกเขา

their chief accusation against the Bourgeoisie amounts to the following

ข้อกล่าวหาหลักของพวกเขาต่อชนชั้นนายทุนมีดังต่อไปนี้

under the Bourgeoisie regime a social class is being developed

ภายใต้ระบอบการปกครองของชนชั้นนายทุนกำลังได้รับการพัฒนาชนชั้นทางสังคม

this social class is destined to cut up root and branch the old order of society

ชนชั้นทางสังคมนี้ถูกกำหนดให้ตัดรากและแตกแขนงระเบียบเก่า
ของสังคม

What they upbraid the Bourgeoisie with is not so much that it creates a proletariat

สิ่งที่พวกเขาทำให้ชนชั้นนายทุนไม่มากนักที่จะสร้างชนชั้นกรรมา
ชีพ

what they upbraid the Bourgeoisie with is moreso that it creates a revolutionary proletariat

สิ่งที่พวกเขาด่าชนชั้นนายทุนด้วยยิ่งกว่านั้นมันสร้างชนชั้นกรรมา
ชีพปฏิวัติ

In political practice, therefore, they join in all coercive measures against the working class

ดังนั้นในทางปฏิบัติทางการเมืองพวกเขาจึงเข้าร่วมในมาตรการบี
บบังคับทั้งหมดต่อชนชั้นแรงงาน

and in ordinary life, despite their highfalutin phrases, they stoop to pick up the golden apples dropped from the tree of industry

และในชีวิตธรรมดา แม้จะมีวลีที่สูงส่ง

แต่พวกเขาก็ก้มลงเพื่อหยิบแอปเปิ้ลทองคำที่หล่นลงมาจากต้นไม้แ
ห่งอุตสาหกรรม

and they barter truth, love, and honour for commerce in wool, beetroot-sugar, and potato spirits

และพวกเขาแลกเปลี่ยนความจริง ความรัก

และเกียรติยศเพื่อการค้าขนสัตว์ น้ำตาลบีทรูท และมันฝรั่ง

As the parson has ever gone hand in hand with the landlord, so has Clerical Socialism with Feudal Socialism

ในฐานะที่บาทหลวงเคยจับมือกับเจ้าของที่ดิน

สังคมนิยมนักบวชกับสังคมนิยมศักดินาก็เช่นกัน

Nothing is easier than to give Christian asceticism a Socialist tinge

ไม่มีอะไรง่ายไปกว่าการให้การบำเพ็ญตบตระหนกของคริสเตียนเ

ป็นสังคมนิยม

Has not Christianity declaimed against private property, against marriage, against the State?

ศาสนาคริสต์ไม่ได้อ้างว่าต่อต้านทรัพย์สินส่วนตัวต่อต้านการแต่ง

งานต่อต้านรัฐหรือ?

Has Christianity not preached in the place of these, charity and poverty?

ศาสนาคริสต์ไม่ได้เทศนาแทนสิ่งเหล่านี้

จิตกุศลและความยากจนหรือ?

Does Christianity not preach celibacy and mortification of the flesh, monastic life and Mother Church?

ศาสนาคริสต์ไม่ได้เทศนาการเป็นโสดและการตายของเนื้อหนังชีวิ

ตสงฆ์และคริสตจักรแม่หรือ?

Christian Socialism is but the holy water with which the priest consecrates the heart-burnings of the aristocrat

สังคมนิยมคริสเตียนเป็นเพียงน้ำศักดิ์สิทธิ์ที่นักบวชใช้ถวายการเผ

าไหม้หัวใจของขุนนาง

b) Petty-Bourgeois Socialism

ข) สังคมนิยมชนชั้นนายทุนน้อย

The feudal aristocracy was not the only class that was ruined by the Bourgeoisie

ขุนนางศักดินาไม่ใช่ชนชั้นเดียวที่ถูกทำลายโดยชนชั้นนายทุน

it was not the only class whose conditions of existence pined and perished in the atmosphere of modern Bourgeoisie society

ไม่ใช่ชนชั้นเดียวที่มีเงื่อนไขการดำรงอยู่และพินาศในบรรยากาศของสังคมชนชั้นนายทุนสมัยใหม่

The medieval burgesses and the small peasant proprietors were the precursors of the modern Bourgeoisie

เบอร์เจสในยุคกลางและเจ้าของชาวนารายย่อยเป็นบรรพบุรุษของชนชั้นนายทุนสมัยใหม่

In those countries which are but little developed, industrially and commercially, these two classes still vegetate side by side

ในประเทศเหล่านั้นที่มีการพัฒนาเพียงเล็กน้อยทั้งในอุตสาหกรรมและเชิงพาณิชย์ทั้งสองชนชั้นนี้ยังคงปลูกพืชเคียงข้างกัน

and in the meantime the Bourgeoisie rise up next to them: industrially, commercially, and politically

และในขณะเดียวกันชนชั้นนายทุนก็ลุกขึ้นข้างๆ พวกเขา: ในอุตสาหกรรม การค้า และการเมือง

In countries where modern civilisation has become fully developed, a new class of petty Bourgeoisie has been formed

ในประเทศที่อารยธรรมสมัยใหม่ได้รับการพัฒนาอย่างเต็มที่

this new social class fluctuates between proletariat and Bourgeoisie

ชนชั้นทางสังคมใหม่นี้ผันผวนระหว่างชนชั้นกรรมาชีพและชนชั้
นนายทุน

and it is ever renewing itself as a supplementary part of
Bourgeoisie society

และมันก็ต่ออายุตัวเองเป็นส่วนเสริมของสังคมชนชั้นกลาง

The individual members of this class, however, are being
constantly hurled down into the proletariat

อย่างไรก็ตาม

สมาชิกแต่ละคนของชนชั้นนี้ถูกโยนลงสู่ชนชั้นกรรมาชีพอย่างต่อ
เนื่อง

they are sucked up by the proletariat through the action of
competition

พวกเขาถูกดูดโดยชนชั้นกรรมาชีพผ่านการกระทำของการแข่งขัน

as modern industry develops they even see the moment
approaching when they will completely disappear as an
independent section of modern society

เมื่ออุตสาหกรรมสมัยใหม่พัฒนาขึ้นพวกเขายังเห็นช่วงเวลาที่ใกล้
เข้ามาเมื่อพวกเขาจะหายไปอย่างสมบูรณ์ในฐานะส่วนที่เป็นอิสระ
ของสังคมสมัยใหม่

they will be replaced, in manufactures, agriculture and
commerce, by overlookers, bailiffs and shopmen

พวกเขาจะถูกแทนที่ในการผลิต การเกษตร และการพาณิชย์

โดยผู้มองการณ์ ปลัดอำเภอ และพ่อค้า

In countries like France, where the peasants constitute far
more than half of the population

ในประเทศเช่นฝรั่งเศส

ซึ่งชาวนามีสัดส่วนมากกว่าครึ่งหนึ่งของประชากร

it was natural that there there are writers who sided with the proletariat against the Bourgeoisie

เป็นเรื่องธรรมดาที่มีนักเขียนที่เข้าข้างชนชั้นกรรมาชีพต่อต้านชนชั้นนายทุน

in their criticism of the Bourgeoisie regime they used the standard of the peasant and petty Bourgeoisie

ในการวิพากษ์วิจารณ์ระบอบชนชั้นนายทุนพวกเขาใช้มาตรฐานของชาวนาและชนชั้นนายทุนขนาดเล็ก

and from the standpoint of these intermediate classes they take up the cudgels for the working class

และจากมุมมองของชนชั้นกลางเหล่านี้พวกเขาใช้ไม้เท้าสำหรับชนชั้นแรงงาน

Thus arose petty-Bourgeoisie Socialism, of which Sismondi was the head of this school, not only in France but also in England

ด้วยเหตุนี้สังคมนิยมชนชั้นนายทุนเล็กจึงเกิดขึ้น ซึ่ง Sismondi เป็นหัวหน้าโรงเรียนนี้ ไม่เพียงแต่ในฝรั่งเศสเท่านั้น

แต่ยังรวมถึงในอังกฤษด้วย

This school of Socialism dissected with great acuteness the contradictions in the conditions of modern production

โรงเรียนสังคมนิยมนี้ชำแหละความขัดแย้งในเงื่อนไขของการผลิตสมัยใหม่อย่างเฉียบพลัน

This school laid bare the hypocritical apologies of economists

โรงเรียนนี้เปิดเผยคำขอโทษหน้าซื่อใจคดของนักเศรษฐศาสตร์

This school proved, incontrovertibly, the disastrous effects of machinery and division of labour

โรงเรียนนี้พิสูจน์อย่างไม่อาจโต้แย้งได้ว่าผลกระทบร้ายแรงของเครื่องจักรและการแบ่งงาน

it proved the concentration of capital and land in a few hands

มันพิสูจน์ให้เห็นถึงการกระจุกตัวของทุนและที่ดินในมือไม่กี่คน

it proved how overproduction leads to Bourgeoisie crises

มันพิสูจน์ให้เห็นว่าการผลิตมากเกินไปนำไปสู่วิกฤตชนชั้นกลางอย่างไร

it pointed out the inevitable ruin of the petty Bourgeoisie and peasant

มันชี้ให้เห็นถึงความพินาศที่หลีกเลี่ยงไม่ได้ของชนชั้นนายทุนและชาวนา

the misery of the proletariat, the anarchy in production, the crying inequalities in the distribution of wealth

ความทุกข์ยากของชนชั้นกรรมาชีพ ความอนาธิปไตยในการผลิต ความไม่เท่าเทียมกันที่ร้องไห้ในการกระจายความมั่งคั่ง

it showed how the system of production leads the industrial war of extermination between nations

มันแสดงให้เห็นว่าระบบการผลิตเป็นผู้นำสงครามอุตสาหกรรมแห่งการกำจัดระหว่างประเทศอย่างไร

the dissolution of old moral bonds, of the old family relations, of the old nationalities

การสลายพันธะทางศีลธรรมเก่า ความสัมพันธ์ในครอบครัวเก่า สัญชาติเก่า

In its positive aims, however, this form of Socialism aspires to achieve one of two things

อย่างไรก็ตาม ในเป้าหมายเชิงบวก

สังคมนิยมรูปแบบนี้ปรารถนาที่จะบรรลุหนึ่งในสองสิ่ง

either it aims to restore the old means of production and of exchange

มีจุดมุ่งหมายเพื่อฟื้นฟูวิธีการผลิตและการแลกเปลี่ยนแบบเก่า

and with the old means of production it would restore the old property relations, and the old society

และด้วยวิธีการผลิตแบบเก่า

มันจะฟื้นฟูความสัมพันธ์ด้านทรัพย์สินแบบเก่าและสังคมเก่า

or it aims to cramp the modern means of production and exchange into the old framework of the property relations

หรือมีจุดมุ่งหมายเพื่อทำให้วิธีการผลิตและการแลกเปลี่ยนที่ทันสมัยเป็นกรอบเก่าของความสัมพันธ์ด้านทรัพย์สิน

In either case, it is both reactionary and Utopian

ไม่ว่าในกรณีใด มันเป็นทั้งปฏิกิริยาและยูโทเปีย

Its last words are: corporate guilds for manufacture, patriarchal relations in agriculture

คำพูดสุดท้ายคือ:

กิลด์องค์กรเพื่อการผลิตความสัมพันธ์ปิตาธิปไตยในการเกษตร

Ultimately, when stubborn historical facts had dispersed all intoxicating effects of self-deception

ในที่สุดเมื่อข้อเท็จจริงทางประวัติศาสตร์ที่ดื้อรั้นได้กระจายผลกระทบที่ทำให้มึนเมาของการหลอกลวงตนเอง

this form of Socialism ended in a miserable fit of pity

รูปแบบของสังคมนิยมนี้จบลงด้วยความสงสารที่น่าสังเวช

c) German, or "True," Socialism
c) สังคมนิยมเยอรมันหรือ "จริง"

The Socialist and Communist literature of France originated under the pressure of a Bourgeoisie in power

วรรณกรรมสังคมนิยมและคอมมิวนิสต์ของฝรั่งเศสมีต้นกำเนิดภาย ใต้แรงกดดันของชนชั้นนายทุนที่มีอำนาจ

and this literature was the expression of the struggle against this power

และวรรณกรรมนี้เป็นการแสดงออกของการต่อสู้กับอำนาจนี้

it was introduced into Germany at a time when the Bourgeoisie had just begun its contest with feudal absolutism

มันถูกนำมาใช้ในเยอรมนีในช่วงเวลาที่ชนชั้นนายทุนเพิ่งเริ่มการแข่งขันกับระบอบสมบูรณาญาสิทธิราชย์ศักดินา

German philosophers, would-be philosophers, and beaux esprits, eagerly seized on this literature

นักปรัชญาชาวเยอรมัน นักปรัชญา และนักปรัชญาและนักปรัชญาคนรัก คว้าวรรณกรรมนี้อย่างกระตือรือร้น

but they forgot that the writings immigrated from France into Germany without bringing the French social conditions along

แต่พวกเขาลืมไปว่างานเขียนอพยพจากฝรั่งเศสไปยังเยอรมนีโดยไม่นำสภาพสังคมของฝรั่งเศสมาด้วย

In contact with German social conditions, this French literature lost all its immediate practical significance

เมื่อสัมผัสกับสภาพสังคมของเยอรมันวรรณกรรมฝรั่งเศสนี้สูญเสียความสำคัญในทางปฏิบัติในทันที

and the Communist literature of France assumed a purely literary aspect in German academic circles

และวรรณกรรมคอมมิวนิสต์ของฝรั่งเศสถือว่าเป็นแง่มุมวรรณกรรมล้วนๆ ในแวดวงวิชาการเยอรมัน

Thus, the demands of the first French Revolution were nothing more than the demands of "Practical Reason"

ดังนั้นข้อเรียกร้องของการปฏิวัติฝรั่งเศสครั้งแรกจึงไม่มีอะไรมากไปกว่าข้อเรียกร้องของ "เหตุผลเชิงปฏิบัติ"

and the utterance of the will of the revolutionary French Bourgeoisie signified in their eyes the law of pure Will

และการพูดเจตจำนงของชนชั้นนายทุนฝรั่งเศสที่ปฏิวัติแสดงถึงกฎแห่งเจตจำนงที่บริสุทธิ์ในสายตาของพวกเขา

it signified Will as it was bound to be; of true human Will generally

มันหมายถึงเจตจำนงตามที่มันถูกผูกมัดไว้

ของเจตจำนงที่แท้จริงของมนุษย์โดยทั่วไป

The world of the German literati consisted solely in bringing the new French ideas into harmony with their ancient philosophical conscience

โลกของนักวรรณกรรมเยอรมันประกอบด้วยการนำแนวคิดใหม่ของฝรั่งเศสมากลมกลืนกับจิตสำนึกทางปรัชญาโบราณของพวกเขา

or rather, they annexed the French ideas without deserting their own philosophic point of view

หรือมากกว่านั้น

พวกเขาผนวกแนวคิดของฝรั่งเศสโดยไม่ละทิ้งมุมมองทางปรัชญาของตนเอง

This annexation took place in the same way in which a foreign language is appropriated, namely, by translation

การผนวกนี้เกิดขึ้นในลักษณะเดียวกับที่ภาษาต่างประเทศถูกจัดสร

ร นั่นคือ โดยการแปล

It is well known how the monks wrote silly lives of Catholic Saints over manuscripts

เป็นที่ทราบกันดีว่าพระสงฆ์เขียนชีวิตโง่ๆ

ของนักบุญคาทอลิกบนต้นฉบับอย่างไร

the manuscripts on which the classical works of ancient heathendom had been written

ต้นฉบับที่เขียนผลงานคลาสสิกของศาสนานอกศาสนาโบราณ

The German literati reversed this process with the profane French literature

นักวรรณกรรมชาวเยอรมันพลิกกระบวนการนี้ด้วยวรรณกรรมฝรั่

งเศสที่หยาบคาย

They wrote their philosophical nonsense beneath the French original

พวกเขาเขียนเรื่องไร้สาระทางปรัชญาภายใต้ต้นฉบับภาษาฝรั่งเศส

For instance, beneath the French criticism of the economic functions of money, they wrote "Alienation of Humanity"

ตัวอย่างเช่น

ภายใต้การวิพากษ์วิจารณ์ของฝรั่งเศสเกี่ยวกับหน้าที่ทางเศรษฐกิจ

ของเงิน พวกเขาเขียน "ความแปลกแยกของมนุษยชาติ"

beneath the French criticism of the Bourgeoisie State they wrote "dethronement of the Category of the General"

ภายใต้การวิพากษ์วิจารณ์ของฝรั่งเศสเกี่ยวกับรัฐชนชั้นนายทุนพว

กเขาเขียนว่า "การโค่นล้มบัลลังก์ของหมวดหมู่ของนายพล"

The introduction of these philosophical phrases at the back of the French historical criticisms they dubbed:

การแนะนำวลีทางปรัชญาเหล่านี้ที่ด้านหลังของการวิพากษ์วิจารณ์ประวัติศาสตร์ฝรั่งเศสที่พวกเขาขนานนามว่า:

"Philosophy of Action," "True Socialism," "German Science of Socialism," "Philosophical Foundation of Socialism," and so on

"ปรัชญาแห่งการกระทำ" "สังคมนิยมที่แท้จริง"

"วิทยาศาสตร์สังคมนิยมเยอรมัน"

"รากฐานทางปรัชญาของสังคมนิยม" เป็นต้น

The French Socialist and Communist literature was thus completely emasculated

วรรณกรรมสังคมนิยมและคอมมิวนิสต์ฝรั่งเศสจึงถูกตัดขาดโดยสิ้นเชิง

in the hands of the German philosophers it ceased to express the struggle of one class with the other

ในมือของนักปรัชญาชาวเยอรมันมันหยุดแสดงการต่อสู้ของชนชั้นหนึ่งกับอีกชนชั้นหนึ่ง

and so the German philosophers felt conscious of having overcome "French one-sidedness"

ดังนั้นนักปรัชญาชาวเยอรมันจึงรู้สึกตระหนักว่าได้เอาชนะ

"ความเป็นฝ่ายเดียวของฝรั่งเศส"

it did not have to represent true requirements, rather, it represented requirements of truth

ไม่จำเป็นต้องเป็นตัวแทนของข้อกำหนดที่แท้จริง

แต่เป็นตัวแทนของข้อกำหนดของความจริง

there was no interest in the proletariat, rather, there was interest in Human Nature

ไม่มีความสนใจในชนชั้นกรรมาชีพ

แต่มีความสนใจในธรรมชาติของมนุษย์

the interest was in Man in general, who belongs to no class, and has no reality

ความสนใจอยู่ในมนุษย์โดยทั่วไป ซึ่งไม่อยู่ในชนชั้น

และไม่มีความเป็นจริง

a man who exists only in the misty realm of philosophical fantasy

ชายผู้ดำรงอยู่ในอาณาจักรหมอกของจินตนาการทางปรัชญาเท่านั้น

but eventually this schoolboy German Socialism also lost its pedantic innocence

แต่ในที่สุดเด็กนักเรียนคนนี้สังคมนิยมเยอรมันก็สูญเสียความไร้เดียงสาที่อวดอ้าง

the German Bourgeoisie, and especially the Prussian Bourgeoisie fought against feudal aristocracy

ชนชั้นนายทุนเยอรมันและโดยเฉพาะอย่างยิ่งชนชั้นนายทุนปรัสเซียต่อสู้กับขุนนางศักดินา

the absolute monarchy of Germany and Prussia was also being faught against

ระบอบสมบูรณาญาสิทธิราชย์ของเยอรมนีและปรัสเซียก็ถูกต่อต้านเช่นกัน

and in turn, the literature of the liberal movement also became more earnest

วรรณกรรมของขบวนการเสรีนิยมก็จริงจังมากขึ้นเช่นกัน

Germany's long wished-for opportunity for "true" Socialism was offered

โอกาสที่เยอรมนีปรารถนามานานสำหรับสังคมนิยม "ที่แท้จริง" ถูกเสนอ

the opportunity of confronting the political movement with the Socialist demands

โอกาสในการเผชิญหน้ากับขบวนการทางการเมืองด้วยข้อเรียกร้องของสังคมนิยม

the opportunity of hurling the traditional anathemas against liberalism

โอกาสในการโยนคำสาปแช่งแบบดั้งเดิมต่อต้านเสรีนิยม

the opportunity to attack representative government and Bourgeoisie competition

โอกาสในการโจมตีรัฐบาลตัวแทนและการแข่งขันของชนชั้นนายทุน

Bourgeoisie freedom of the press, Bourgeoisie legislation, Bourgeoisie liberty and equality

เสรีภาพของสื่อชนชั้นนายทุน, กฎหมายของชนชั้นนายทุน, เสรีภาพและความเท่าเทียมกันของชนชั้นนายทุน

all of these could now be critiqued in the real world, rather than in fantasy

ทั้งหมดนี้สามารถวิพากษ์วิจารณ์ได้ในโลกแห่งความเป็นจริงมากกว่าในจินตนาการ

feudal aristocracy and absolute monarchy had long preached to the masses

ขุนนางศักดินาและระบอบสมบูรณาญาสิทธิราชย์ได้เทศนาต่อมวลชนมานานแล้ว

"the working man has nothing to lose, and he has everything to gain"

"คนทำงานไม่มีอะไรจะเสีย และเขามีทุกอย่างที่จะได้"

the Bourgeoisie movement also offered a chance to confront these platitudes

ขบวนการชนชั้นนายทุนยังเสนอโอกาสในการเผชิญหน้ากับคำพูดซ้ำซากเหล่านี้

the French criticism presupposed the existence of modern Bourgeoisie society

การวิพากษ์วิจารณ์ของฝรั่งเศสสันนิษฐานถึงการดำรงอยู่ของสังคมชนชั้นนายทุนสมัยใหม่

Bourgeoisie economic conditions of existence and Bourgeoisie political constitution

สภาพเศรษฐกิจของการดำรงอยู่ของชนชั้นนายทุนและรัฐธรรมนูญทางการเมืองของชนชั้นนายทุน

the very things whose attainment was the object of the pending struggle in Germany

สิ่งที่บรรลุเป้าหมายของการต่อสู้ที่รอดำเนินการในเยอรมนี

Germany's silly echo of socialism abandoned these goals just in the nick of time

เสียงสะท้อนที่โง่เขลาของสังคมนิยมของเยอรมนีละทิ้งเป้าหมายเหล่านี้ในเวลาอันรวดเร็ว

the absolute governments had their following of parsons, professors, country squires and officials

รัฐบาลสมบูรณาญาสิทธิราชย์มีผู้ติดตาม Parsons ศาสตราจารย์ Squires และเจ้าหน้าที่ในชนบท

the government of the time met the German working-class risings with floggings and bullets

รัฐบาลในขณะนั้นพบกับการลุกฮือของชนชั้นแรงงานเยอรมันด้วยการเฆี่ยนตีและกระสุน

for them this socialism served as a welcome scarecrow against the threatening Bourgeoisie

สำหรับพวกเขาสังคมนิยมนี้ทำหน้าที่เป็นหุ่นไล่กาต้อนรับชนชั้นน

ายทุนที่คุกคาม

and the German government was able to offer a sweet dessert after the bitter pills it handed out

และรัฐบาลเยอรมันสามารถเสนอขนมหวานได้หลังจากยาขมที่แจ

กให้

this "True" Socialism thus served the governments as a weapon for fighting the German Bourgeoisie

สังคมนิยม "ที่แท้จริง"

นี้จึงทำหน้าที่รัฐบาลเป็นอาวุธในการต่อสู้กับชนชั้นนายทุนเยอรมั

น

and, at the same time, it directly represented a reactionary interest; that of the German Philistines

และในขณะเดียวกันก็แสดงถึงผลประโยชน์เชิงปฏิกิริยาโดยตรง

ของชาวฟิลิสเตียเยอรมัน

In Germany the petty Bourgeoisie class is the real social basis of the existing state of things

ในเยอรมนีชนชั้นนายทุนเล็กเป็นพื้นฐานทางสังคมที่แท้จริงของส

ภาวะที่มีอยู่

a relique of the sixteenth century that has constantly been cropping up under various forms

วัตถุโบราณของศตวรรษที่สิบหกที่เกิดขึ้นอย่างต่อเนื่องภายใต้รูปแ

บบต่างๆ

To preserve this class is to preserve the existing state of things in Germany

การรักษาชนชั้นนี้คือการรักษาสถานะที่มีอยู่ของสิ่งต่าง ๆ

ในเยอรมนี

The industrial and political supremacy of the Bourgeoisie threatens the petty Bourgeoisie with certain destruction

อำนาจสูงสุดทางอุตสาหกรรมและการเมืองของชนชั้นนายทุนคุก

คามชนชั้นนายทุนเล็กด้วยการทำลายล้างบางอย่าง

on the one hand, it threatens to destroy the petty Bourgeoisie through the concentration of capital

ในแง่หนึ่งมันขู่ว่าจะทำลายชนชั้นนายทุนเล็ก ๆ

ผ่านการกระจุกตัวของทุน

on the other hand, the Bourgeoisie threatens to destroy it through the rise of a revolutionary proletariat

ในทางกลับกันชนชั้นนายทุนขู่ว่าจะทำลายมันผ่านการเพิ่มขึ้นของ

ชนชั้นกรรมาชีพปฏิวัติ

"True" Socialism appeared to kill these two birds with one stone. It spread like an epidemic

สังคมนิยม "ที่แท้จริง"

ดูเหมือนจะฆ่านกสองตัวนี้ด้วยหินก้อนเดียว

มันแพร่กระจายเหมือนโรคระบาด

The robe of speculative cobwebs, embroidered with flowers of rhetoric, steeped in the dew of sickly sentiment

เสื้อคลุมใยแมงมุมที่คาดเดาปักด้วยดอกไม้แห่งวาทศิลป์ที่แช่อยู่ใน

น้ำค้างของความรู้สึกที่ป่วย

this transcendental robe in which the German Socialists wrapped their sorry "eternal truths"

เสื้อคลุมเหนือธรรมชาติที่นักสังคมนิยมเยอรมันห่อหุ้ม

"ความจริงนิรันดร์" ที่น่าเสียใจของพวกเขา

all skin and bone, served to wonderfully increase the sale of their goods amongst such a public

ผิวหนังและกระดูกทั้งหมดทำหน้าที่เพิ่มยอดขายสินค้าของพวกเข
าในหมู่ประชาชนอย่างน่าอัศจรรย์

And on its part, German Socialism recognised, more and more, its own calling

และในส่วนของสังคมนิยมเยอรมันก็ตระหนักถึงการเรียกร้องของ
ตัวเองมากขึ้นเรื่อยๆ

it was called to be the bombastic representative of the petty-Bourgeoisie Philistine

มันถูกเรียกให้เป็นตัวแทนที่โอ้อวดของชนชั้นนายทุนฟิลิสเตีย

It proclaimed the German nation to be the model nation, and German petty Philistine the model man

ประกาศว่าประเทศเยอรมันเป็นประเทศต้นแบบ

และชาวฟิลิสเตียตัวน้อยชาวเยอรมันเป็นชายต้นแบบ

To every villainous meanness of this model man it gave a hidden, higher, Socialistic interpretation

สำหรับทุกความชั่วร้ายของชายนางแบบคนนี้

มันให้การตีความสังคมนิยมที่ซ่อนอยู่และสูงขึ้น

this higher, Socialistic interpretation was the exact contrary of its real character

การตีความสังคมนิยมที่สูงขึ้นนี้ตรงกันข้ามกับลักษณะที่แท้จริงขอ
งมัน

It went to the extreme length of directly opposing the "brutally destructive" tendency of Communism

มันยาวสุดขีดในการต่อต้านแนวโน้ม "ทำลายล้างอย่างโหดเหี้ยม"
ของลัทธิคอมมิวนิสต์โดยตรง

and it proclaimed its supreme and impartial contempt of all class struggles

และประกาศการดูหมิ่นสูงสุดและเป็นกลางต่อการต่อสู้ทางชนชั้นทั้งหมด

With very few exceptions, all the so-called Socialist and Communist publications that now (1847) circulate in Germany belong to the domain of this foul and enervating literature

สิ่งพิมพ์ที่เรียกว่าสังคมนิยมและคอมมิวนิสต์ทั้งหมดที่เผยแพร่ในเยอรมนีในปัจจุบัน (พ.ศ. 2390)

อยู่ในขอบเขตของวรรณกรรมที่เหม็นและกระปรี้กระเปร่านี้

2) Conservative Socialism, or Bourgeoisie Socialism

2) สังคมนิยมอนุรักษ์นิยมหรือสังคมนิยมชนชั้นกลาง

A part of the Bourgeoisie is desirous of redressing social grievances

ส่วนหนึ่งของชนชั้นนายทุนปรารถนาที่จะแก้ไขความคับข้องใจทางสังคม

in order to secure the continued existence of Bourgeoisie society

เพื่อรักษาการดำรงอยู่อย่างต่อเนื่องของสังคมชนชั้นนายทุน

To this section belong economists, philanthropists, humanitarians

ในส่วนนี้เป็นของนักเศรษฐศาสตร์ผู้ใจบุญนักมนุษยธรรม

improvers of the condition of the working class and organisers of charity

ผู้ปรับปรุงสภาพของชนชั้นแรงงานและผู้จัดงานการกุศล

members of societies for the prevention of cruelty to animals

สมาชิกของสมาคมเพื่อการป้องกันการทานาสัตว์

temperance fanatics, hole-and-corner reformers of every imaginable kind

ผู้คลั่งไคล้ความอดทน

นักปฏิรูปแบบหลุมและมุมทุกประเภทเท่าที่จะจินตนาการได้

This form of Socialism has, moreover, been worked out into complete systems

ยิ่งไปกว่านั้นรูปแบบของสังคมนิยมนี้ยังถูกนำมาใช้เป็นระบบที่สมบูรณ์

We may cite Proudhon's "Philosophie de la Misère" as an example of this form

เราอาจอ้างถึง "Philosophie de la Misère" ของ Proudhon

เป็นตัวอย่างของรูปแบบนี้

The Socialistic Bourgeoisie want all the advantages of modern social conditions

ชนชั้นนายทุนสังคมนิยมต้องการข้อได้เปรียบทั้งหมดของสภาพสังคมสมัยใหม่

but the Socialistic Bourgeoisie don't necessarily want the resulting struggles and dangers

แต่ชนชั้นนายทุนสังคมนิยมไม่จำเป็นต้องต้องการการต่อสู้และอันตรายที่เกิดขึ้น

They desire the existing state of society, minus its revolutionary and disintegrating elements

พวกเขาปรารถนาสภาวะที่มีอยู่ของสังคม

ลบองค์ประกอบการปฏิวัติและการสลายตัว

in other words, they wish for a Bourgeoisie without a proletariat

กล่าวอีกนัยหนึ่งพวกเขาปรารถนาให้ชนชั้นนายทุนปราศจากชนชั้นกรรมาชีพ

The Bourgeoisie naturally conceives the world in which it is supreme to be the best

ชนชั้นนายทุนคิดโลกที่มันสูงสุดเป็นสิ่งที่ดีที่สุดโดยธรรมชาติ

and Bourgeoisie Socialism develops this comfortable conception into various more or less complete systems

และสังคมนิยมชนชั้นนายทุนพัฒนาแนวคิดที่สะดวกสบายนี้ให้เป็นระบบต่างๆ ที่สมบูรณ์ไม่มากก็น้อย

they would very much like the proletariat to march straightway into the social New Jerusalem

พวกเขาต้องการให้ชนชั้นกรรมาชีพเดินขบวนเข้าสู่เยรูซาเล็มใหม่
ทางสังคม

but in reality it requires the proletariat to remain within the
bounds of existing society

แต่ในความเป็นจริงมันต้องการให้ชนชั้นกรรมาชีพอยู่ในขอบเขต
ของสังคมที่มีอยู่

they ask the proletariat to cast away all their hateful ideas
concerning the Bourgeoisie

พวกเขาขอให้ชนชั้นกรรมาชีพทิ้งความคิดที่น่าเกลียดชังทั้งหมดเกี่
ยวกับชนชั้นนายทุน

there is a second more practical, but less systematic, form of
this Socialism

มีรูปแบบที่สองที่ใช้งานได้จริงมากกว่า

แต่เป็นระบบน้อยกว่าของสังคมนิยมนี้

this form of socialism sought to depreciate every
revolutionary movement in the eyes of the working class

สังคมนิยมรูปแบบนี้พยายามที่จะลดคุณค่าของขบวนการปฏิวัติทั้ง
หมดในสายตาของชนชั้นแรงงาน

they argue no mere political reform could be of any
advantage to them

พวกเขาโต้แย้งว่าไม่มีการปฏิรูปการเมืองเพียงอย่างเดียวที่จะเป็นป
ระโยชน์ต่อพวกเขา

only a change in the material conditions of existence in
economic relations are of benefit

การเปลี่ยนแปลงเงื่อนไขทางวัตถุของการดำรงอยู่ในความสัมพันธ์
ทางเศรษฐกิจเท่านั้นที่เป็นประโยชน์

like communism, this form of socialism advocates for a
change in the material conditions of existence

เช่นเดียวกับลัทธิคอมมิวนิสต์

สังคมนิยมรูปแบบนี้สนับสนุนการเปลี่ยนแปลงสภาพทางวัตถุของการดำรงอยู่

however, this form of socialism by no means suggests the abolition of the Bourgeoisie relations of production

อย่างไรก็ตาม

รูปแบบของสังคมนิยมนี้ไม่ได้บ่งบอกถึงการยกเลิกความสัมพันธ์การผลิตของชนชั้นนายทุน

the abolition of the Bourgeoisie relations of production can only be achieved through a revolution

การยกเลิกความสัมพันธ์การผลิตของชนชั้นนายทุนสามารถทำได้ผ่านการปฏิวัติเท่านั้น

but instead of a revolution, this form of socialism suggests administrative reforms

แต่แทนที่จะเป็นการปฏิวัติสังคมนิยมรูปแบบนี้แนะนำการปฏิรูปการบริหาร

and these administrative reforms would be based on the continued existence of these relations

และการปฏิรูปการบริหารเหล่านี้จะขึ้นอยู่กับการดำรงอยู่อย่างต่อเนื่องของความสัมพันธ์เหล่านี้

reforms, therefore, that in no respect affect the relations between capital and labour

การปฏิรูปจึงไม่ส่งผลกระทบต่อความสัมพันธ์ระหว่างทุนและแรงงาน

at best, such reforms lessen the cost and simplify the administrative work of Bourgeoisie government

การปฏิรูปดังกล่าวช่วยลดต้นทุนและทำให้งานธุรการของรัฐบาลชนชั้นนายทุนง่ายขึ้น

Bourgeois Socialism attains adequate expression, when, and only when, it becomes a mere figure of speech

สังคมนิยมชนชั้นกลางบรรลุการแสดงออกที่เพียงพอเมื่อและเมื่อมันกลายเป็นเพียงอุปมาของคำพูด

Free trade: for the benefit of the working class

การค้าเสรี: เพื่อประโยชน์ของชนชั้นแรงงาน

Protective duties: for the benefit of the working class

หน้าที่ป้องกัน: เพื่อประโยชน์ของชนชั้นแรงงาน

Prison Reform: for the benefit of the working class

การปฏิรูปเรือนจำ: เพื่อประโยชน์ของชนชั้นแรงงาน

This is the last word and the only seriously meant word of Bourgeoisie Socialism

นี่คือคำสุดท้ายและเป็นคำเดียวที่มีความหมายอย่างจริงจังของสังคมนิยมชนชั้นนายทุน

It is summed up in the phrase: the Bourgeoisie is a Bourgeoisie for the benefit of the working class

สรุปได้ในวลี:

ชนชั้นนายทุนเป็นชนชั้นนายทุนเพื่อประโยชน์ของชนชั้นแรงงาน

3) Critical-Utopian Socialism and Communism
3) สังคมนิยมและคอมมิวนิสต์เชิงวิพากษ์วิจารณ์ยูโทเปีย

We do not here refer to that literature which has always given voice to the demands of the proletariat
ในที่นี้เราไม่ได้อ้างถึงวรรณกรรมที่ให้เสียงต่อข้อเรียกร้องของชนชั้นกรรมาชีพมาโดยตลอด

this has been present in every great modern revolution, such as the writings of Babeuf and others
สิ่งนี้มีอยู่ในการปฏิวัติสมัยใหม่ที่ยิ่งใหญ่ทุกครั้ง เช่น งานเขียนของ Babeuf และคนอื่น ๆ

The first direct attempts of the proletariat to attain its own ends necessarily failed
ความพยายามโดยตรงครั้งแรกของชนชั้นกรรมาชีพในการบรรลุเป้าหมายของตนเองจำเป็นต้องล้มเหลว

these attempts were made in times of universal excitement, when feudal society was being overthrown
ความพยายามเหล่านี้เกิดขึ้นในช่วงเวลาแห่งความตื่นเต้นสากลเมื่อสังคมศักดินาถูกโค่นล้ม

the then undeveloped state of the proletariat led to those attempts failing
รัฐชนชั้นกรรมาชีพที่ยังไม่พัฒนาในขณะนั้นนำไปสู่ความพยายามเหล่านั้นล้มเหลว

and they failed due to the absence of the economic conditions for its emancipation
และพวกเขาล้มเหลวเนื่องจากไม่มีเงื่อนไขทางเศรษฐกิจสำหรับการปลดปล่อย

conditions that had yet to be produced, and could be produced by the impending Bourgeoisie epoch alone

เงื่อนไขที่ยังไม่ได้เกิดขึ้น

และสามารถผลิตได้โดยยุคชนชั้นนายทุนที่กำลังจะมาถึงเพียงอย่างเดียว

The revolutionary literature that accompanied these first movements of the proletariat had necessarily a reactionary character

วรรณกรรมปฏิวัติที่มาพร้อมกับขบวนการแรกของชนชั้นกรรมาชีพเหล่านี้จำเป็นต้องมีลักษณะปฏิกิริยา

This literature inculcated universal asceticism and social levelling in its crudest form

วรรณกรรมนี้ปลูกฝังการบำเพ็ญตบะสากลและการปรับระดับทางสังคมในรูปแบบที่หยาบคายที่สุด

The Socialist and Communist systems, properly so called, spring into existence in the early undeveloped period

ระบบสังคมนิยมและคอมมิวนิสต์ที่เรียกว่าอย่างถูกต้องเกิดขึ้นในช่วงต้นที่ยังไม่พัฒนา

Saint-Simon, Fourier, Owen and others, described the struggle between proletariat and Bourgeoisie (see Section 1)

Saint-Simon, Fourier, Owen และคนอื่น ๆ

อธิบายการต่อสู้ระหว่างชนชั้นกรรมาชีพและชนชั้นนายทุน

(ดูหัวข้อ 1)

The founders of these systems see, indeed, the class antagonisms

ผู้ก่อตั้งระบบเหล่านี้เห็นความเป็นปฏิปักษ์ทางชนชั้นอย่างแท้จริง

they also see the action of the decomposing elements, in the prevailing form of society

พวกเขายังเห็นการกระทำขององค์ประกอบที่สลายตัวในรูปแบบที่แพร่หลายของสังคม

But the proletariat, as yet in its infancy, offers to them the spectacle of a class without any historical initiative

แต่ชนชั้นกรรมาชีพซึ่งยังอยู่ในช่วงเริ่มต้น

ให้พวกเขาเห็นปรากฏการณ์ของชนชั้นที่ไม่มีความคิดริเริ่มทางประวัติศาสตร์ใด ๆ

they see the spectacle of a social class without any independent political movement

พวกเขาเห็นปรากฏการณ์ของชนชั้นทางสังคมที่ไม่มีการเคลื่อนไหวทางการเมืองที่เป็นอิสระ

the development of class antagonism keeps even pace with the development of industry

การพัฒนาความเป็นปฏิปักษ์ทางชนชั้นก้าวทันการพัฒนาอุตสาหกรรม

so the economic situation does not as yet offer to them the material conditions for the emancipation of the proletariat

ดังนั้นสถานการณ์ทางเศรษฐกิจจึงยังไม่ได้เสนอเงื่อนไขทางวัตถุสำหรับการปลดปล่อยชนชั้นกรรมาชีพ

They therefore search after a new social science, after new social laws, that are to create these conditions

ดังนั้นพวกเขาจึงค้นหาสังคมศาสตร์ใหม่ตามกฎทางสังคมใหม่ที่จะสร้างเงื่อนไขเหล่านี้

historical action is to yield to their personal inventive action

การกระทำทางประวัติศาสตร์คือการยอมจำนนต่อการกระทำที่สร้างสรรค์ส่วนบุคคลของพวกเขา

historically created conditions of emancipation are to yield to fantastic conditions

เงื่อนไขการปลดปล่อยที่สร้างขึ้นในอดีตคือการยอมจำนนต่อเงื่อนไขที่ยอดเยี่ยม

and the gradual, spontaneous class-organisation of the proletariat is to yield to the organisation of society

และการจัดระเบียบชนชั้นอย่างค่อยเป็นค่อยไปและเป็นธรรมชาติของชนชั้นกรรมาชีพคือการยอมจำนนต่อองค์กรของสังคม

the organisation of society specially contrived by these inventors

องค์กรของสังคมที่ประดิษฐ์ขึ้นเป็นพิเศษโดยนักประดิษฐ์เหล่านี้

Future history resolves itself, in their eyes, into the propaganda and the practical carrying out of their social plans

ประวัติศาสตร์ในอนาคตแก้ไขตัวเองในสายตาของพวกเขาในการโฆษณาชวนเชื่อและการดำเนินการตามแผนทางสังคมของพวกเขาในทางปฏิบัติ

In the formation of their plans they are conscious of caring chiefly for the interests of the working class

ในการก่อตัวของแผนของพวกเขาพวกเขามีจิตสำนึกในการดูแลผลประโยชน์ของชนชั้นแรงงานเป็นหลัก

Only from the point of view of being the most suffering class does the proletariat exist for them

จากมุมมองของการเป็นชนชั้นกรรมาชีพที่ทุกข์ทรมานที่สุดเท่านั้นที่ชนชั้นกรรมาชีพดำรงอยู่เพื่อพวกเขา

The undeveloped state of the class struggle and their own surroundings inform their opinions

สภาวะที่ยังไม่พัฒนาของการต่อสู้ทางชนชั้นและสภาพแวดล้อมข

องพวกเขาเองแจ้งความคิดเห็นของพวกเขา

Socialists of this kind consider themselves far superior to all class antagonisms

นักสังคมนิยมประเภทนี้คิดว่าตัวเองเหนือกว่าความเป็นปฏิปักษ์ทา

งชนชั้นทั้งหมด

They want to improve the condition of every member of society, even that of the most favoured

พวกเขาต้องการปรับปรุงสภาพของสมาชิกทุกคนในสังคม

แม้กระทั่งสภาพของคนที่ชื่นชอบที่สุด

Hence, they habitually appeal to society at large, without distinction of class

ดังนั้นพวกเขาจึงดึงดูดสังคมโดยรวมเป็นนิสัยโดยไม่แบ่งแยกชนชั้

น

nay, they appeal to society at large by preference to the ruling class

ไม่ พวกเขาดึงดูดสังคมโดยรวมโดยชอบชนชั้นปกครอง

to them, all it requires is for others to understand their system

สำหรับพวกเขาสิ่งที่พวกเขาต้องการคือให้ผู้อื่นเข้าใจระบบของพว

กเขา

because how can people fail to see that the best possible plan is for the best possible state of society?

เพราะผู้คนจะล้มเหลวในการมองว่าแผนที่ดีที่สุดเท่าที่จะเป็นไปไ

ด้คือเพื่อสภาวะที่ดีที่สุดของสังคมได้อย่างไร?

Hence, they reject all political, and especially all revolutionary, action

ดังนั้นพวกเขาจึงปฏิเสธการกระทำทางการเมืองทั้งหมด

และโดยเฉพาะอย่างยิ่งการปฏิวัติทั้งหมด

they wish to attain their ends by peaceful means

พวกเขาปรารถนาที่จะบรรลุจุดจบของตนด้วยวิธีสันติ

they endeavour, by small experiments, which are necessarily doomed to failure

พวกเขาพยายามโดยการทดลองเล็กๆ น้อยๆ

ซึ่งจำเป็นต้องถึงวาระที่จะล้มเหลว

and by the force of example they try to pave the way for the new social Gospel

และด้วยพลังของตัวอย่างพวกเขาพยายามปูทางไปสู่พระกิตติคุณทางสังคมใหม่

Such fantastic pictures of future society, painted at a time when the proletariat is still in a very undeveloped state

ภาพมหัศจรรย์ของสังคมในอนาคต

วาดในช่วงเวลาที่ชนชั้นกรรมาชีพยังอยู่ในสถานะที่ยังไม่พัฒนามาก

and it still has but a fantastical conception of its own position

และมันยังคงมีเพียงแนวคิดที่น่าอัศจรรย์เกี่ยวกับตำแหน่งของตัวเอง

but their first instinctive yearnings correspond with the yearnings of the proletariat

แต่ความปรารถนาโดยสัญชาตญาณแรกของพวกเขาสอดคล้องกับความปรารถนาของชนชั้นกรรมาชีพ

both yearn for a general reconstruction of society

ทั้งคู่โหยหาการฟื้นฟูสังคมโดยทั่วไป

But these Socialist and Communist publications also contain a critical element

แต่สิ่งพิมพ์สังคมนิยมและคอมมิวนิสต์เหล่านี้ก็มีองค์ประกอบที่สำคัญเช่นกัน

They attack every principle of existing society

พวกเขาโจมตีทุกหลักการของสังคมที่มีอยู่

Hence they are full of the most valuable materials for the enlightenment of the working class

ดังนั้นพวกเขาจึงเต็มไปด้วยวัสดุที่มีค่าที่สุดสำหรับการตรัสรู้ของชนชั้นแรงงาน

they propose abolition of the distinction between town and country, and the family

พวกเขาเสนอให้ยกเลิกความแตกต่างระหว่างเมืองและชนบทและครอบครัว

the abolition of the carrying on of industries for the account of private individuals

การยกเลิกการดำเนินอุตสาหกรรมเพื่อบัญชีของเอกชน

and the abolition of the wage system and the proclamation of social harmony

และการยกเลิกระบบค่าจ้างและการประกาศความสามัคคีทางสังคม

the conversion of the functions of the State into a mere superintendence of production

การเปลี่ยนหน้าที่ของรัฐเป็นเพียงการกำกับดูแลการผลิต

all these proposals, point solely to the disappearance of class antagonisms

ข้อเสนอทั้งหมดนี้ชี้ให้เห็นถึงการหายไปของความเป็นปฏิปักษ์ทางชนชั้นเท่านั้น

class antagonisms were, at that time, only just cropping up

ความเป็นปฏิปักษ์ทางชนชั้นในเวลานั้นเพิ่งเกิดขึ้น

in these publications these class antagonisms are recognised
in their earliest, indistinct and undefined forms only

ในสิ่งพิมพ์เหล่านี้ความเป็นปฏิปักษ์ทางชนชั้นเหล่านี้ได้รับการยอ

มรับในรูปแบบที่เก่าแก่ที่สุดไม่ชัดเจนและไม่ได้กำหนดไว้เท่านั้น

These proposals, therefore, are of a purely Utopian character

ข้อเสนอเหล่านี้จึงมีลักษณะยูโทเปียล้วนๆ

The significance of Critical-Utopian Socialism and
Communism bears an inverse relation to historical
development

ความสำคัญของลัทธิสังคมนิยมและคอมมิวนิสต์เชิงวิพากษ์มีความ

สัมพันธ์ผกผันกับการพัฒนาทางประวัติศาสตร์

the modern class struggle will develop and continue to take
definite shape

การต่อสู้ทางชนชั้นสมัยใหม่จะพัฒนาและยังคงเป็นรูปเป็นร่างที่ชั

ดเจน

this fantastic standing from the contest will lose all practical
value

สถานะที่ยอดเยี่ยมจากการแข่งขันนี้จะสูญเสียคุณค่าในทางปฏิบัติ

ทั้งหมด

these fantastic attacks on class antagonisms will lose all
theoretical justification

การโจมตีอันน่าอัศจรรย์เหล่านี้ต่อความเป็นปฏิปักษ์ทางชนชั้นจะ

สูญเสียเหตุผลทางทฤษฎีทั้งหมด

the originators of these systems were, in many respects,
revolutionary

ผู้ริเริ่มระบบเหล่านี้เป็นการปฏิวัติในหลาย ๆ ด้าน

but their disciples have, in every case, formed mere
reactionary sects

แต่สาวกของพวกเขาได้ก่อตั้งนิกายปฏิกิริยาในทุกกรณี

They hold tightly to the original views of their masters

พวกเขายึดมั่นในมุมมองดั้งเดิมของเจ้านายอย่างแน่นหนา

but these views are in opposition to the progressive historical development of the proletariat

แต่มุมมองเหล่านี้ตรงกันข้ามกับการพัฒนาทางประวัติศาสตร์ที่ก้าวหน้าของชนชั้นกรรมาชีพ

They, therefore, endeavour, and that consistently, to deaden the class struggle

ดังนั้นพวกเขาจึงพยายามและอย่างสม่ำเสมอเพื่อทำให้การต่อสู้ทางชนชั้นตาย

and they consistently endeavour to reconcile the class antagonisms

และพวกเขาพยายามอย่างสม่ำเสมอที่จะประนีประนอมความเป็นปฏิปักษ์ทางชนชั้น

They still dream of experimental realisation of their social Utopias

พวกเขายังคงใฝ่ฝันที่จะทดลองตระหนักถึงยูโทเปียทางสังคมของพวกเขา

they still dream of founding isolated "phalansteres" and establishing "Home Colonies"

พวกเขายังคงใฝ่ฝันที่จะก่อตั้ง "ฟาลันสเตอร์" ที่โดดเดี่ยวและก่อตั้ง "อาณานิคมบ้านเกิด"

they dream of setting up a "Little Icaria"—duodecimo editions of the New Jerusalem

พวกเขาใฝ่ฝันที่จะจัดตั้ง "Little Icaria"

ซึ่งเป็นรุ่นสองฉบับของเยรูซาเล็มใหม่

and they dream to realise all these castles in the air

และพวกเขาใฝ่ฝันที่จะตระหนักถึงปราสาทเหล่านี้ทั้งหมดในอากา

ศ

they are compelled to appeal to the feelings and purses of the bourgeois

พวกเขาถูกบังคับให้ดึงดูดความรู้สึกและกระเป๋าเงินของชนชั้นนา

ยทุน

By degrees they sink into the category of the reactionary conservative Socialists depicted above

พวกเขาจมลงไปในหมวดหมู่ของนักสังคมนิยมอนุรักษ์นิยมปฏิกิริ

ยาที่ปรากฎข้างต้น

they differ from these only by more systematic pedantry

พวกเขาแตกต่างจากสิ่งเหล่านี้โดยอวดอ้างอย่างเป็นระบบมากขึ้น

and they differ by their fanatical and superstitious belief in the miraculous effects of their social science

และพวกเขาแตกต่างกันด้วยความเชื่อที่คลั่งไคล้และไสยศาสตร์ใน

ผลอัศจรรย์ของสังคมศาสตร์ของพวกเขา

They, therefore, violently oppose all political action on the part of the working class

ดังนั้นพวกเขาจึงต่อต้านการกระทำทางการเมืองทั้งหมดในส่วนข

องชนชั้นแรงงานอย่างรุนแรง

such action, according to them, can only result from blind unbelief in the new Gospel

การกระทำดังกล่าวอาจเป็นผลมาจากความไม่เชื่อในพระกิตติคุณใ

หม่อย่างมืดบอดเท่านั้น

The Owenites in England, and the Fourierists in France, respectively, oppose the Chartists and the "Réformistes"

ชาวโอเวนต์ในอังกฤษและฟูริเยร์ในฝรั่งเศสตามลำดับต่อต้าน Chartists และ "Réformistes"

Position of the Communists in Relation to the Various Existing Opposision Parties

จุดยืนของคอมมิวนิสต์ที่เกี่ยวข้องกับพรรคฝ่ายค้านที่มีอยู่ต่างๆ

Section II has made clear the relations of the Communists to the existing working-class parties

ส่วนที่ 2

ได้ชี้แจงความสัมพันธ์ของคอมมิวนิสต์กับพรรคชนชั้นแรงงานที่มี

อยู่อย่างชัดเจน

such as the Chartists in England, and the Agrarian Reformers in America

เช่น Chartists ในอังกฤษ และนักปฏิรูปเกษตรกรรมในอเมริกา

The Communists fight for the attainment of the immediate aims

คอมมิวนิสต์ต่อสู้เพื่อให้บรรลุเป้าหมายในทันที

they fight for the enforcement of the momentary interests of the working class

พวกเขาต่อสู้เพื่อบังคับใช้ผลประโยชน์ชั่วขณะของชนชั้นแรงงาน

but in the political movement of the present, they also represent and take care of the future of that movement

แต่ในขบวนการทางการเมืองในปัจจุบัน

พวกเขายังเป็นตัวแทนและดูแลอนาคตของขบวนการนั้น

In France the Communists ally themselves with the Social-Democrats

ในฝรั่งเศสคอมมิวนิสต์เป็นพันธมิตรกับพรรคสังคมประชาธิปไตย

and they position themselves against the conservative and radical Bourgeoisie

และพวกเขาวางตำแหน่งตัวเองต่อต้านชนชั้นนายทุนอนุรักษ์นิยม

และหัวรุนแรง

however, they reserve the right to take up a critical position in regard to phrases and illusions traditionally handed down from the great Revolution

อย่างไรก็ตาม

พวกเขาขอสงวนสิทธิ์ในการดำรงตำแหน่งที่สำคัญเกี่ยวกับวลีและ

ภาพลวงตาที่สืบทอดมาจากการปฏิวัติครั้งใหญ่

In Switzerland they support the Radicals, without losing sight of the fact that this party consists of antagonistic elements

ในสวิตเซอร์แลนด์พวกเขาสนับสนุน Radicals

โดยไม่มองข้ามความจริงที่ว่าพรรคนี้ประกอบด้วยองค์ประกอบที่

เป็นปฏิปักษ์

partly of Democratic Socialists, in the French sense, partly of radical Bourgeoisie

ส่วนหนึ่งของสังคมนิยมประชาธิปไตยในความหมายของฝรั่งเศส

ส่วนหนึ่งของชนชั้นนายทุนหัวรุนแรง

In Poland they support the party that insists on an agrarian revolution as the prime condition for national emancipation

ในโปแลนด์พวกเขาสนับสนุนพรรคที่ยืนกรานให้มีการปฏิวัติเกษ

ตรกรรมเป็นเงื่อนไขหลักสำหรับการปลดปล่อยชาติ

that party which fomented the insurrection of Cracow in 1846

พรรคที่ยุยงให้เกิดการจลาจลของคราคูฟในปี พ.ศ. 2389

In Germany they fight with the Bourgeoisie whenever it acts in a revolutionary way

ในเยอรมนีพวกเขาต่อสู้กับชนชั้นนายทุนเมื่อใดก็ตามที่กระทำการ

ในลักษณะปฏิวัติ

against the absolute monarchy, the feudal squirearchy, and the petty Bourgeoisie

ต่อต้านระบอบสมบูรณาญาสิทธิราชย์ Squirearcy ศักดินา

และชนชั้นนายทุนขนาดเล็ก

But they never cease, for a single instant, to instil into the working class one particular idea

แต่พวกเขาไม่เคยหยุดที่จะปลูกฝังความคิดเฉพาะอย่างหนึ่งให้กับ

ชนชั้นแรงงานแม้แต่ชั่วขณะเดียว

the clearest possible recognition of the hostile antagonism between Bourgeoisie and proletariat

การรับรู้ที่ชัดเจนที่สุดเท่าที่จะเป็นไปได้ของความเป็นปฏิปักษ์ที่เป็

นศัตรูระหว่างชนชั้นนายทุนและชนชั้นกรรมาชีพ

so that the German workers may straightaway use the weapons at their disposal

เพื่อให้คนงานเยอรมันสามารถใช้อาวุธได้ทันที

the social and political conditions that the Bourgeoisie must necessarily introduce along with its supremacy

เงื่อนไขทางสังคมและการเมืองที่ชนชั้นนายทุนจำเป็นต้องแนะนำ

พร้อมกับอำนาจสูงสุดของมัน

the fall of the reactionary classes in Germany is inevitable

การล่มสลายของชนชั้นปฏิกิริยาในเยอรมนีเป็นสิ่งที่หลีกเลี่ยงไม่ไ

ด้

and then the fight against the Bourgeoisie itself may immediately begin

จากนั้นการต่อสู้กับชนชั้นนายทุนเองก็อาจเริ่มต้นขึ้นทันที

The Communists turn their attention chiefly to Germany, because that country is on the eve of a Bourgeoisie revolution

คอมมิวนิสต์หันมาสนใจเยอรมนีเป็นหลัก

เพราะประเทศนั้นอยู่ในช่วงก่อนการปฏิวัติชนชั้นนายทุน

a revolution that is bound to be carried out under more advanced conditions of European civilisation

การปฏิวัติที่จะต้องดำเนินการภายใต้เงื่อนไขที่ก้าวหน้ากว่าของอารยธรรมยุโรป

and it is bound to be carried out with a much more developed proletariat

และมันจะต้องดำเนินการกับชนชั้นกรรมาชีพที่พัฒนาขึ้นมาก

a proletariat more advanced than that of England was in the seventeenth, and of France in the eighteenth century

ชนชั้นกรรมาชีพที่ก้าวหน้ากว่าอังกฤษในศตวรรษที่สิบเจ็ด และของฝรั่งเศสในศตวรรษที่สิบแปด

and because the Bourgeoisie revolution in Germany will be but the prelude to an immediately following proletarian revolution

และเพราะการปฏิวัติชนชั้นนายทุนในเยอรมนีจะเป็นเพียงโหมโรงของการปฏิวัติชนชั้นกรรมาชีพทันที

In short, the Communists everywhere support every revolutionary movement against the existing social and political order of things

กล่าวโดยย่อ

คอมมิวนิสต์ทุกหนทุกแห่งสนับสนุนทุกขบวนการปฏิวัติต่อต้านระเบียบทางสังคมและการเมืองที่มีอยู่

In all these movements they bring to the front, as the leading question in each, the property question

ในการเคลื่อนไหวทั้งหมดเหล่านี้พวกเขานำมาสู่ด้านหน้าเป็นคำถามนำในแต่ละคำถามเกี่ยวกับทรัพย์สิน

no matter what its degree of development is in that country at the time

ไม่ว่าระดับการพัฒนาในประเทศนั้นจะเป็นอย่างไรในขณะนั้น

Finally, they labour everywhere for the union and agreement of the democratic parties of all countries

ในที่สุดพวกเขาก็ทำงานทุกที่เพื่อสหภาพแรงงานและข้อตกลงของพรรคประชาธิปไตยของทุกประเทศ

The Communists disdain to conceal their views and aims

คอมมิวนิสต์ดูถูกที่จะปกปิดมุมมองและจุดมุ่งหมายของพวกเขา

They openly declare that their ends can be attained only by the forcible overthrow of all existing social conditions

พวกเขาประกาศอย่างเปิดเผยว่าจุดจบของพวกเขาสามารถบรรลุได้โดยการบังคับโค่นล้มเงื่อนไขทางสังคมที่มีอยู่ทั้งหมด

Let the ruling classes tremble at a Communistic revolution

ปล่อยให้ชนชั้นปกครองสั่นสะเทือนกับการปฏิวัติคอมมิวนิสต์

The proletarians have nothing to lose but their chains

ชนชั้นกรรมาชีพไม่มีอะไรจะเสียนอกจากโซ่ตรวนของพวกเขา

They have a world to win

พวกเขามีโลกที่จะชนะ

WORKING MEN OF ALL COUNTRIES, UNITE!

คนทำงานจากทุกประเทศ รวมตัวกัน!